கிரேஸியைக் கேளுங்கள்

2

கிரேஸி

மோகன்

அறிவே விளக்கு

அல்லயன்ஸ்

அல்லயன்ஸ்

[125 - வது ஆண்டைக் கொண்டாடும் முதல் தமிழ்ப் புத்தக நிறுவனம்]

கிரேஸியைக் கேளுங்கள் - 2

Crazyai Kelungal Vol. 2

முதற் பதிப்பு : 2025

அட்டை ஓவியம்: கேஷவ்

சித்திரங்கள்: ரோஹினி

ISBN	:	978-93-6358-387-0
Total No. of Pages	:	136 Pages
Laser Typeset	:	Rani Graphics, Chennai - 04
Printing	:	Repro Books Ltd., India

THE ALLIANCE COMPANY

Publishers & Booksellers

Old No. 244, New No. 64, Ramakrishna Mutt Road, Mylapore, Chennai - 600 004.

Tel.: **044 - 2464 1314** | Mob.: **928 928 1314**

www. alliancebook.com • email: books@alliancebook.com

சமர்ப்பணம்

திரு. சோ

ஆரம்ப காலகட்டங்களில், நாங்கள் சோ அவர்களையும், அவர் எங்களையும், ஏன் நாங்கள் எங்களையும் (Crazy Creations) அறியும் முன்னரே, நாங்கள் பார்த்து வியந்து, ஆதங்கப்பட்ட நாடகக் குழு திரு.சோ அவர்களின் Viveka Fine Arts. அக்குழுவைப் பார்த்தே எங்கள் கிரிக்கெட் ஆடும் குழுவை நாடகமாட வைக்கவேண்டும் என்ற எண்ணம் வந்தது. திரு.சோ அவர்களின் எழுத்தை பார்த்தே Crazy மோகனுக்கு humour எழுத வேண்டும் என்ற எண்ணம் பிறந்தது.

Crazy Creations 10வது ஆண்டுவிழாவில் உரையாற்றிய சோ அவர்கள், மோகனை மனம் திறந்து பாராட்டினார். மோகனின் எழுத்தை, திரு.பட்டு, கல்கி போன்றோருடன் ஒப்பிட்டு மகிழ்ந்தார். 2007ல் திரு.நீலு அவர்களை சாக்லேட் கிருஷ்ணா நாடகத்தில் நடிக்க வைக்க திரு.சோ அவர்களிடம் மரியாதை நிமித்தமாக அனுமதி கேட்கச் சென்ற பொழுது, அன்பும் ஆசிர்வாதமும் வாரி வழங்கியதோடு பல மணி நேரம் தற்காலத்தில் நாடகக் கலையின் நிலைப்பாடு, சபாக்கள் பற்றிய விவரம் என்று அந்த வயதிலும் ஆர்வம் குன்றாமல் இருந்தார். அவர் மூலமாகத் தான் துக்ளக் பத்திரிகையில் மோகனின் பிரமாதமான பேட்டி ஒன்று வெளியிடப்பட்டது.

சோவின் இழப்பு நாடக உலகிற்கு மட்டுமல்லாமல் மனிதத்திற்கே ஒரு பேரிழப்பு. அவரைப்போல் இந்தக் காலகட்டத்தில் அவ்வளவு நேர்மையாக யாராவது வாழ்ந்து இருப்பார்களா என்று எனக்குத் தோன்றியவரை இல்லை. அந்த நேர்மைதான் அவருக்கு அடுத்தவரை தட்டிக் கேட்கும் துணிவையும் தந்தது.

'Crazy' Thoughts

ஒரு கலைஞன் இல்லாதபோதும் பெருமை தொடரலாம். ஆனால் அப்பெருமை அக்கலைஞன் இருந்தபோது உருவாக்கியது.

அவர் இப்போது இல்லை என்பது என் மனதிற்குள் பதிவாகவில்லை. 'கிரேசிக்கு ஒரு போன் போடலாமே' என்று ஒரு வினாடி சிந்தனை தோன்றி மறைவதும் உண்டு.

என் மனதிலும், என் தொடர்பு எண் பட்டியலிலும் அழியாத, அழிக்க முடியாத சில பெயர்கள் இருக்கின்றன. KB சார், நாகேஷ் சார், அனந்து சார், சந்திரஹாசன்... இப்போ மோகன். இது நட்பையும் தாண்டியது. அவரை மோகனஹாசன் என்றே சொல்லலாம்.

Crazy மோகன் is a simple man. 'இது நான் சொன்னது, இது நான் எழுதினது, இது என்னோடது' என்று அவருக்கு எந்த எண்ணமும் கிடையாது. தான் சிந்தித்தவற்றை, பக்கத்தில்

இருப்பவர்களுக்குக் கொடுப்பதில் அவருக்கு ஒருபோதும் எந்தத் தயக்கமும் இருந்ததே இல்லை. பேனாவைத் திறந்தால் எழுத்து வரும்.

வரும் என்கிற நம்பிக்கை இருப்பவர்களுக்கு மட்டும்தான் அந்தத் துணிச்சல் வரும். அவரிடம் நகைச்சுவை மட்டும்தான் இருந்ததே தவிர, போட்டி, பொறாமை, வீண் வம்பு என்று எதையும் நான் பார்த்தது இல்லை.

அவருடைய craziness ஒரு ஒட்டுவாரொட்டி. எனக்கும் அந்த வியாதி உண்டு. அதை நான் சந்தோஷமாகப் பயன்படுத்திக்கொண்டு இருக்கிறேன்.

மோகன் மாதிரி tangential-ஆக humour யோசிக்கிற ஆள் ‘யாம் அறிந்த இந்தியாவிலே எங்கும் காணோம்.’ இதை பாரதி சொன்ன அதே திமிருடனேயே நானும் சொல்கிறேன்.

நாகேஷ், மௌலி, நான், மோகன் எல்லாம் ஒரு lineage. I definitely think a connecting wire runs between us. என் கதையில், அவர் கதை கொஞ்சம் கலக்காமல் இருக்காது. மோகன் கதையில் மௌலி சார் கதை கலக்காமல் இருக்காது.

இந்தியாவின் பெரிய காமெடி writer Mohan. ஆனால் உள்ளுக் குள் சீரியஸான ஆள். அவரது சீரியஸ் முகத்தை அவர் வெளியே கொண்டுவரவே இல்லை என்கிற என் வருத்தத்துக்கு பதில்தான் அவரோட ‘ரமணாயணம்’.

பொதுவாக சுடுகாடு என்பது முடிவைக் குறிக்கும். ஆனால் St. Mary's இடுகாட்டில் ஆரம்பித்த எங்கள் நட்பு, இன்றும் என்றும் Mohan அவர்களின் நகைச்சுவையைப் போல காலத்தால் அழியாதிருக்கும்.

கமல்ஹாசன்

22.08.2024

வாழ்த்துரை

திரு. கிரேஸி மோகன் அவர்களின் எழுத்தாற்றல் தனி பிரசித்தி உடையது. அவரை சுமார் 33 வருடத்திற்கு முன்பாக எனது நண்பர் திரு இராமநாதன் (பழம்பெரும் கர்நாடக சங்கீத வித்வான் திரு. ராம்நாத் அவர்களின் மகன்) அவர்களால் அறிமுகப்படுத்தப் பட்டேன். திரு. மோகன் அவர்களின் எழுத்தாற்றல், வசனம் என்றும் ஒரு unbelievable humour with profound message. மேலும் அவரது பாணியில் வம்புகளுக்குக் கண்டிப்பாக இடமில்லை. இது யார் மனதையும் புண்படுத்தாத humour. சிறிய குழந்தைகள் முதல் வயதானவர்கள் வரை ஈர்க்கும் இவரது பாணி. திரு. கிரேஸி மோகன் had a very great value system with which he lived, has made him a distinct human being.

Very happy to note that his able brother Mr. Madhu Balaji along with Crazy Creations team are carrying the legacy of Mr. Mohan with young fresh talents, thus keeping his humour and dialogues alive for next generation. This book containing Mohan's work is a great tribute for his contribution.

ரவி அப்பாசாமி

அல்லயன்ஸ்ஸுடன் அல்லயன்ஸ்...

125 வருஷங்களாக இருக்கும் அல்லயன்ஸ் கம்பெனியுடன் எங்களுக்கு ரொம்ப வருஷங்களாகத் தொடர்பு உண்டு. எங்க அப்பா மைலாப்பூர் பிராஞ்ச் இந்தியன் பாங்க்ல அக்கௌண்ட்டண்ட்டா இருந்த காலத்துலேந்தே தொடர்பு உண்டு. அங்கிருந்து நிறைய புஸ்தகங்களை வாங்கி படிச்சிருக்கார்... விரும்பி கேட்டு வாங்கிப் படிப்பார். ஸ்ரீநிவாஸனுடைய அப்பாகிட்டயும், ஸ்ரீநிவாஸன்கிட்டயும் கேட்டு வாங்கிப்பார். ஏன்னா, எங்க அப்பாவுக்கு படிக்கற ஆர்வம் ரொம்ப உண்டு. எங்க அப்பா மாதிரியே மோகனுக்கும் படிக்கற ஆர்வம் இருந்து, அவனும் அல்லயன்ஸ் கம்பெனிலேந்து நிறைய வாங்கி படிப்பான்.

மோகன் எழுத ஆரம்பித்து, ஒரு கட்டத்துல, மைலாப்பூர்ல ஸ்ரீநிவாஸனை சந்திக்கறச்சே எல்லாம், 'சீனு...! நான் உங்க ஆபீஸுக்கு வரேன்... வரேன்...! எங்க டிராமாவ எல்லாம் புஸ்தகமாப் போடணும்' என்று சொல்லிக் கொண்டே இருப்பான். ஸ்ரீநிவாஸன் சாரும் 'வாங்க சார்... வாங்க சார்...'ன்னு சொல்லிக் கொண்டே இருப்பார். சோ சாரும் மோகன் கிட்ட, 'உன் புஸ்தகங்களை யெல்லாம் அல்லயன்ஸ் மூலமா கொண்டு வா. பாதுகாப்பா இருக்கும். நாளைக்கு வருங்கால சந்ததியினருக்கு மிகவும் usefulஆ இருக்கும்' என்று ஒரு தடவை சொன்னார்.

இந்த முயற்சி ரொம்ப நாளா நடந்துண்டே இருந்தது. எல்லாத்துக்கும் மேல மோகன் தன்னுடைய 'டைரி'யில எழுதி வெச்சிருந்தான். அதை நான் மோகன் இறந்து போனதுக்கப்புறம்தான் பார்த்தேன். 'என்னுடைய எழுத்துக்கள் அனைத்தும், நாடகங்கள் மட்டுமல்ல, அனைத்து எழுத்துக்களும் அல்லயன்ஸ் கம்பெனி மூலம்தான் வெளிவரவேண்டும்' என்று எழுதியிருந்தான். ஆனால், முன்னாடி நாங்கள் ஓரிரு புத்தகங்களை வேறு சில பதிப்பகங்களுக்குக் கொடுத்திருந்தோம். அதையெல்லாம் கூட, அவர்களிடம் அனுமதி பெற்று, அல்லயன்ஸ் கிட்ட கொடுத்திருக்கேன். என்ன காரணம்னா, என்னுடைய future generation பேரன்... கொள்ளு பேரன்.... இவங்களெல்லாம் மைலாப்பூர்லதான் naturalஆ வாழப் போறாங்க. இல்லை... வேற எங்கயாவது இருந்தாக்கூட, இந்தப் பக்கம் வந்தால், அவங்களுக்கு தாத்தாவோட contributions வேணும்னா அவர்கள்

அல்லயன்ஸுக்குப் போய் வாங்கிக் கொள்ளலாம். ஒரே இடத்துல எல்லாம் இருந்துதுன்னா சௌகரியமா இருக்கும். அதனாலதான் நான் உடனடியாக ஸ்ரீநிவாஸனிடம் தொடர்பு கொண்டு, வேலையைத் துவக்கினோம்.

ஸ்ரீநிவாஸனுடைய மகன் பிரஷாந்த்தான் என்னுடன் co-ordinate பண்ணினார். Excellent person. அதாவது கண்டிப்பா அல்லயன்ஸ் ஒரு 70...80... வருஷங்களுக்கு Solidஆ இருக்கப் போறதுங்கறதுக்கு உதாரணம் பிரஷாந்த். ஒவ்வொரு விஷயத்தையும் கேட்டுக் கேட்டு, அவ்வளவு நன்றாக வேலை செய்கிறான். இது எனக்கு மிகவும் சந்தோஷம். ஏன்னா.. வேலை ரொம்ப speedஆக நடக்கிறது. மோகனுடைய எழுத்துக்கள் அனைத்தும் புஸ்தக வடிவில், அல்லயன்ஸ் மூலம் வெளிவரும்.

சோ அவர்கள் சொன்ன 'ஜோக்' ஒண்ணுதான் ஞாபகத்துக்கு வருது. 'ஜெனரல்லா அல்லயன்ஸ்னாக்கா ஒரு எலக்ஷன் வரைக்கும் கூட தாங்காது. நூறு ஆண்டுகள் தாங்கின அல்லயன்ஸ் இந்தியாவிலேயே இது ஒண்ணுதான் இருக்கும்.' சோ சொன்னதையேதான் நானும் சொல்றேன். எங்கள் கிரேஸி மோகன், கிரேஸி கிரியேஷன்ஸ் கூட வந்த அல்லயன்ஸ் காலம் முழுவதும் நீடிக்கும் என்று உறுதியாக சொல்கிறேன்.

மாது பாலாஜி

Thank You...

I thank our sponsors - **Appaswamy Real Estates, iSolve, The India Cements Limited, Leap Sports and Chennai Super Kings** - for having sponsored our stage plays for the past 35 years.

- Maadhu Balaji

I also appreciate the help of Shri. S. L. Nanu, Smt. Uthra Srinivasan and Smt. Shiela Srinivasan in bringing out this book.

அணிந்துரை

'ஜோக் எழுதுவது கஷ்டமா,

அதற்குச் சிரிப்பது கஷ்டமா?'

ஒரு வாசகர் என்னைக் கேட்டார்.

நான் பதில் சொல்லத் திணறவில்லை; யோசிக்கவில்லை.

'கிரேஸியைச் கேளுங்கள்' என்று சொல்லிவிட்டு சந்தோஷமாக இருந்தேன்.

ஏன் சந்தோஷம் என்றால், மூளையை கசக்கிக்கொள்ளாததால் சந்தோஷம்.

என் நண்பரும் பன்முக எழுத்து மேதையுமான திரு. ரா.கி.ரங்கராஜன் அவர்கள் தாம் குமுதம் காரியாலயத்தில் உதவி ஆசிரியராகச் சேர்ந்தபோது நடந்த ஒன்றைக் கூறினார்.

காரியாலயத்தில் சர்குலேஷன் மானேஜராக இருந்தவர் ரா.கி.ர. வுக்கு காரியாலத்தின் பல இலாகாக்களுக்கு அழைத்துச் சென்று அறிமுகப்படுத்தினார்.

ஒரே ஒரு அறைக்கு மட்டும் அழைத்துச் செல்லவில்லை. அந்த அறைக்கதவு சாத்தப்பட்டிருந்தது.

'அந்த ரூமிலே என்ன?' என்று ரா.கி.ர. கேட்க, 'அது வேணாம். அங்கே நாராயணன் ஜோக் எழுதிகிட்டு இருக்கார்' என்றார் அந்த மானேஜர் கண்களில் மிரட்சியோடு.

ரா.கி.ர. உற்சாகத்தோடு, 'அவரைக் கட்டாயம் பார்க்கணுமே' என்றார்.

'ஐய்யய்யோ அவர் ஜோக் எழுதும்போது யாராவது போனால் பஸ்மம் பண்ணிவிடுவார். அவர் ஜோக் எழுதுகிற ஏரியாவுக்கு யாரும் போகத் துணியமாட்டோம்' என்றார் மானேஜர்.

ரா.கி.ர. துணிச்சல்காரர். ஆகவே லேசாகக் கதவைத் திறந்து பார்த்தார்.

ஜோக் எழுதிக் கொண்டிருந்த நாராயணன் தன் கிராப்பைப் பிய்த்துக் கொண்டு பேனாவை மோவாயில் கொடுத்து, பார்வை விட்டத்தைப் பார்த்து முறைக்க, தலையெங்கும் குற்றுயிரும் கொலையுயிருமாக கிழித்தும் கசக்கியும் போடப்பட்ட காகிதக் குப்பைகளுடன் வெறித்த கண்களும் வியர்த்த முகமுமாய் சுருக்கமாக தூணைப் பிளந்து பொண்டு ஜஸ்ட் நௌ வெளிவந்த நரசிம்ம மூர்த்தியாக காட்சி தந்தார்.

ஜோக் எழுதுவது என்பது மகா மகா சிரமமான வேலை என்பதற்காக இதைக் குறிப்பிட்டேன்.

எந்த விஷயத்துக்கும் விதிவிலக்கு உண்டு. ஜோக் எழுதுவதில் கிரேஸி ஓர் விதிவிலக்கு.

நகைச்சுவை அவருக்கு அல்வா, குலோப் ஜாமூன், கல்கத்தா ரச குல்லா, ரஸமலாய். அப்படியே முழுசாக முழுங்கிவிடுவார்.

ஒரு சுவையான ரசாயன மாறுதலைக் கவனியுங்கள். சாப்பிடுபவர் அவர், ஆனால் ருசித்த சுகானுபவம் அவரது நகைச்சுவையை கேட்கிற வர்களுக்கு, பார்க்கிறவர்களுக்கு, படிக்கிறவர்களுக்கு - சுருக்கமாக களுக்கு!

கல்கியில் வாசகர்களின் கேள்விகளுக்கு 'கிரேஸியைக் கேளுங்கள்' பகுதி வெகு பிரபலமானது.

வேளுக்குடி ஸ்ரீகிருஷ்ணன் அவர்களின் காலை நேர உபன் யாசத்தைப் பற்றி கிரேஸி விமர்சித்திருந்தார்.

'காலையில் எழுந்ததும் நீங்கள் என்ன சாப்பிடுவீர்கள்?' இது கேள்வி.

'காலையில் எழுந்ததும் முதலில் வேளுக்குடி, அப்புறம் காப்பிக் குடி' இது கிரேஸியின் பதில்.

ரத்தினச் சுருக்கமாக 'Pregnant with meaning' இதைவிட யாராவது நயமாகப் பதிலளிக்க முடியுமா?

கேள்வி நேரம் பகுதியில் நகைச்சுவையில் Spontaneity மிக முக்கியம் என்பார்கள். பதில் டகார்னு இருக்க வேண்டும். அதற்கென்று '2ஜி' பற்றி கொஞ்சம் விளக்குகளேன்' என்று ஒருத்தர் கேட்டால், 'உங்க கேள்வியேதான் பதில்' என்று சம்பந்தமில்லாமல் உளறிவிட்டு அருமையாக சொல்லியாச்சி என்று திருப்திப்படக்கூடாது.

ஆகவே பதில்கள் ரெண்டும் கெட்டானாக ஸாரி ரெண்டும் கெடாததாக அதாவது சுருக்கமாகவும் இருக்க வேண்டும். அர்த்தத்துடனும் இருக்க வேண்டும். அப்படிப்பட்ட பதில்களைத்தான் இந்த 'கிரேஸியைக் கேளுங்கள்' தொகுதியில் பார்க்கிறோம்.

சிரிப்பும் ஞானமும் கடவுள் அனுக்கிரகமும் சம பங்கில் கலந்து கடவுள் செய்த கலவையே கிரேஸிமோகன்.

'நண்பர், பாடுடா ஒரு வெண்பா' என்றால் கிரேஸி இலக்கணம் சிறிதும் பிறழாத வெண்பாவைப் பாடக் கூடியவர்.

இவ்வாறு சிரிப்பும் ஞானமும் இணைந்து கிரேஸியை நான் 'சிரி

ஞான சம்பந்தர்' என்று மேடைகளில் குறிப்பிடுவது வழக்கம். தவறில்லையே.

'கிரேஸியைக் கேளுங்கள்' என்ற இந்த நகைச்சுவை விருட்சத்தில் நான் சில கனிகளைப் பறித்து வைத்துக் கொண்டிருக்கிறேன். ஜூஸ் போட்டு அடுத்த தொகுப்பு வரும்வரை ஆனந்தமாக அனுபவிக்க இதோ என் செலக்ஷன்:

கேள்வி: புத்தர் மீண்டும் பிறந்தால் எந்த மரத்தின் கீழ் ஞானம் பெறுவார்...?

பதில்: புத்தர் அமர, பட்ட மரமும் துளிர்த்துபோதி மரமாகும்... பனை மரக் கள்ளும் ஞானப் பாலாகும்... அது சரி, புத்தர் பிறப்பதற்குள் எல்லா மரத்தையும் வெட்டிவிடுவார்கள் போலிருக்கிறதே....

கேள்வி: ஒரு மனைவி தன் கணவனை 'மாமா' அல்லது 'அத்தான்' எப்படி அழைக்கலாம்...?

பதில்: எனக்கென்னமா 'ஏங்க' என்று 'ஏங்கி' அழைப்பதில் ஒரு 'இது' இருப்பதாகத் தோன்றுகிறது...

கேள்வி: தோல்வியில் வெற்றி காண முடியுமா?

பதில்: முடியும்.... தோல் Vயில் இருக்கும் V for Victory

கேள்வி: அப்பா பிள்ளை அதிகம் பேசிக் கொள்வதில்லை. ஆனால் தாத்தா பேரனுக்கு இடையே பேச்சுறவு அதிகமாக உள்ளதே... ஏன்?

பதில்: பொக்கையின் பேச்சு பொக்கைக்குத்தான் புரியும்.

கேள்வி: மனைவியை ஏன் தாரம் என்கிறோம்...?

பதில்: தாரைவார்த்துக் கொடுப்பதால் தாரம்... குடும்பத்துக்கு அஸ்திவாரமாக இருந்தால் அவள் ஆதாரம். செலவு வைத்தால் அவள் சேதாரம்.

கேள்வி: நாத்திகம், ஆத்திகம் இந்த இரண்டில் சிந்திக்க வைப்பது எது...?

பதில்: கடவுள் இல்லை என்று சொல்லி சிந்திக்க வைப்பது நாத்திகம். உண்டு என்று நம்பி கடவுளை சந்திக்க வைப்பது ஆத்திகம்.

கேள்வி: ஆண்டவன் தேர்தலில் நின்றால் என்ன ஆகும்....?

பதில்: வேட்பாளராக பதிவு செய்யச் சென்ற ஆண்டவனுக்கும், தேர்தல் அதிகாரிக்கும் கீழ்க்கண்ட சம்பாஷணைத்தான் நடக்கும்.

தேர்தல் அதிகாரி: உங்க பேர் என்ன...?

ஆண்டவன் :!!!!

தே.அ. : நீங்க பிறந்த தேதி. உங்க வயசு என்ன?

ஆண்டவன் : !!!!!!!!!!

தே.அ.: உங்க தேசம்... ஐ மீன் நேஷனாலிட்டி....?

ஆண்டவன்:!!!!!!!!!!

தே.அ.: என்ன சார் எந்தக் கேள்வியைக் கேட்டாலும் கிரேசியா முழிக்கறீங்களே! நீங்க யாரு...?

ஆண்டவன்: ஆண்டவன்....

தே.அ.: சாரி.... இது ஆண்டவனுக்கான எலெக்ஷன் இல்லை. ஆளப்போறவங்களுக்கான தேர்தல்.. நீங்க போகலாம். நெக்ஸ்ட் யாருப்பா....?

ப்யூன்: சைத்தான் சார்....!

கேள்வி: எது சுகமான சுமை...?

பதில்: உறங்கும்போது உடம்பு....?

கேள்வி: அந்தக் காலத்தில் அரசர்கள் ஹாலிடேக்களை எப்படிக் கொண்டாடியிருப்பார்கள்....?

பதில்: கோயில் கட்டுவது, குளம் வெட்டுவது என்று Holy Dayக்களாக கொண்டாடினார்கள்....?

கேள்வி: எது நம்பிக்கை.... எது மூட நம்பிக்கை...?

பதில்: அதிர்ஷ்டம் கதவைத் தட்டும் என்று காத்திருப்பது நம்பிக்கை. எங்கே அதிர்ஷ்டம் தட்டிவிட்டுப் போய்விடுமோ என்ற நம்பிக்கையில் கதவை மூடாமல் திறந்தே வைப்பது மூடா-நம்பிக்கை.... அப்புறம் அதிர்ஷ்டம் திருடனுக்குத்தான்....!

கேள்வி: ஊசியின் துளையை ஏன் 'காது' என்கிறோம்....?

பதில்: 'நூல்' நுழைவதால்...!

கேள்வி: தொலைந்து போனதுண்டா....?

பதில்: தினமும் தூக்கத்தில் தொலைந்துதான் போகிறோம். எழுப்பித் தொலைத்துவிடுகிறார்களே....!

கேள்வி: கவர்ச்சிக்கும், முதிர்ச்சிக்கும் என்ன வித்தியாசம்....?

பதில்: புத்த நிர்வாணம் முதிர்ச்சி.... மத்த நிர்வாணம் கவர்ச்சி....

கேள்வி: வார்த்தை ஜாலம் எங்கு கற்றீர்கள்....?

பதில்: இந்த கி.வா.ஜா (கிரேஸி வார்த்தை ஜாலம்) கையளவு கற்றேன், 'கி.வா.ஜ'விடமிருந்து.

கேள்வி: எனக்கு எழுபது வயதாகிறது. என் கனவில் 'தமன்னா' வருகிறார்....?

பதில்: நியாயமா பாத்தா எழுபது வயசுல 'எமன்னா' வரணும்...! 'தமன்னா' வந்தது, கனவுல ஸ்பெல்லிங் மிஸ்டேக்....!

கேள்வி: காந்தி மீண்டும் பிறந்தால்...?

பதில்: ஆட்டுப் பாலைத் தவிர்ப்பார்.... காரணம் Goattஸே....

கேள்வி: 'பிளேடு' கண்டுபிடித்ததற்கு முன்னால், அந்தக் காலத்தில் 'ஷேவிங் செய்ய என்ன செய்திருப்பார்கள்....?

பதில்: என்ன செய்வது என்று தெரியாமல் முடியைப் பிய்த்துக் கொண்டிருப்பார்கள்....!

கேள்வி: நயாகரா, வயகரா ஒப்பிடவும்...?

பதில்: நயாகரா Falls.... நயாகரா False.... இரண்டும் இதயத்தை ஸ்தம்பிக்க வைக்கும்....!

கேள்வி: திருமணத்துக்குப் போனால் நீங்கள் மொய் எழுதுவீர்களா....?

பதில்: எனக்கு வரும் அழைப்பிதழ்களுக்கு மொய் எழுத ஆரம்பித் தால், அப்புறம் என் மகன்களுக்கு உயில் எழுத முடியாது. அதனால் 'உனக்கும் பொக்கே... உங்கப்பனுக்கும் பொக்கே....!'

கேள்வி: ரசத்தில் உயர்ந்த ரசம் எது....?

பதில: எவ்வளவு உயர்ந்தாலும் எல்லோரையும் ஒன்றாக பாவிக்கும் வள்ளலாரின் 'சமரசம்....!'

பாக்கியம் ராமசாமி

முன்னுரை

இந்தத் தொடரில் நான் பதில் சொல்ல மிகவும் கஷ்டப்பட்ட கேள்வி... முதல் கேள்வி... கேட்டது கல்கி ஆசிரியர் சீதா ரவி... வாராவாரம் கல்கியில் வாசகர்கள் கேள்விக்கு பதில் சொல்ல முடியுமா...? அன்றிரவு கனவில் நான் மகாபாரத 'நச்சுப்பொய்கை' கரையில் நின்று கொண்டிருக்கிறேன்... கீழே தரையில் தருமன் உட்பட பாண்டவர் ஐவரும் மயங்கி மாண்டு கிடக்கின்றனர்...

அப்போது ஒரு அசரீரி குரல் 'கிரேஸி... 'யக்ஷ ப்ரச்னம்' என்றால் என்ன...?'... 'அது ஒரு தீபாவளி பட்சணம்' என்று நான் உளற... அப்போது பாண்டவர்கள் சார்பாக என்றும் எதற்கும் மயங்காத பொதிகை வேளுக்குடி கிருஷ்ணன் தோன்றி 'அட! சமத்தே' என்பது போல என்னைப் பார்த்து சிரித்துவிட்டு 'யக்ஷன் என்றால் யக்ஷன்... ப்ரச்னம் என்றால் கேள்வி' என்று சொல்லிவிட்டு வேய்ங்குழல் கிருஷ்ணனாக மாறி மறைந்து விட்டார்...

அதேசமயம் விக்கிரமாதித்தியன் தோன்றி 'கிரேசி... கம்ப ராமாயணத்தை எழுதியது யார்...?' என்று கேட்க... நான் அதற்கு 'யக்ஷன்' என்று சொல்ல, விக்கிரமாதித்தன் பட்டி மவனே... கேள்வியிலேயே பதில் இருப்பது தெரியவில்லையா.. கம்பராமாயணத்தை எழுதியது கம்பர் என்று பகர்ந்துவிட்டு அந்த கேள்வியை சாய்ஸ்ல விட்டதா நினச்சுக்கிறேன்...

மணிமேகலையை எழுதியது யார் என்று கேட்டு வேதாளம் போல என் தோளில் குந்தினார்... பளு தாங்காமல் நான் 'மணி' என்று பதில் சொல்ல என் தலை ரெண்டாயிரம் சுக்கல்களாக வெடித்தது...

கனவும் கலைந்தது... என் மனைவி என்னை எழுப்பி அந்த வாரக் கல்கியைக் காட்டினாள்... அதில் அடுத்த வாரத்திலிருந்து 'கிரேசியைக் கேளுங்கள்' தொடர் ஆரம்பிப்பதாக விளம்பரம்..

அன்று 'எல்லாம் நல்லபடியாக நடக்க' நான் கபாலி கோவிலுக்குச் சென்றேன்... அங்கு தனது அமெரிக்க பேரனுடன் வந்த எனது எதிர் வீட்டு அங்கிள் பேரனின் கேள்வியால் பட்டபாட்டைப் பார்த்தேன்... ஸ்வாமிக்கு அபிஷேகம்... பேரன் தாத்தாவைப் பார்த்து 'தாத்தா... வாட் ஈஸ் கோயிங் ஆன்' என்று கேட்க, எ. வீ. தாத்தா 'காட் ஈஸ் டேகிங் பாத்' என்று அபிஷேகத்தை ஆங்கிலத்தில் மொழிபெயர்த்தார்...

அடுத்ததாக ஸ்வாமிக்கு அலங்காரம் செய்ய திரை போட்டார்கள்... சஸ்பென்ஸ் தாங்காத சிறுவன் 'தாத்தா... இப்ப வாட் ஈஸ் கோயிங்

ஆன்...?' என்று கேட்க, எ.வீ. தாத்தா 'உம்மாச்சிக்கு டிரஸ் பண்ண றாங்க...' என்று அலங்காரத்தை அரைகுறை ஆங்கிலத்தில் மொழி பெயர்த்தார்...

'என்ன தாத்தா... உம்மாச்சி குளிக்கறதை (அபிஷேகம்) பாக்க அலவ் பண்ணவங்க டிரஸ் (அலங்காரம்) பண்ணிக்கறதை மட்டும் ஏன் பாக்க அலவ் பண்ணல...' என்று கேட்க, மொழிபெயர்த்த எ.வீ.தாத்தா பதில் சொல்ல முடியாமல் என்னைப் பார்த்து முழி பெயர்த்தார்.

விளையாட்டுப் பையன் கேள்விக்கே பதில் சொல்ல முடியாதபோது வாசகர் கேள்விக்கு நான் எப்படி பதில் சொல்லப் போறேங்கறதை நினைத்த எனக்கு அன்று கர்பக்கிரகத்தில் கர்ப்பம் கலங்கியது... ஆழம் தெரியாமல் காலை விட்ட நான் முடவன்... இருந்தாலும் கல்கி என்ற கொம்புத்தேனுக்கு ஆசைப்பட்டேன்.

கல்கி ஒரு போஜ ராஜ சிம்மாசனம்... அதில் உட்கார்ந்தவர்கள் கட்டுத்தறியாக இருந்தாலும் கம்பன், காளிதாசன் போல கவிபாட ஆரம்பித்து விடுவார்கள்... வழக்கமாக பேட்டிகளிலும், நேருக்கு நேர் நிகழ்ச்சிகளிலும் 'கிரேசி... உங்கள் மறுபக்கம் என்னவோ'... என்று கேட்பார்கள்... நான் பரிதாபமாக 'புறமுதுகைக்' காட்டுவேன்... நான் கற்றது கையளவு (அதுவும் என்னை ஊக்குவிக்கும் நண்பர்கள் கையளவு)... கல்லாத உலகளவைக்கு இந்த கேள்வி-பதிலுக்காகக் கற்று, முதுகைக் காட்டாமல் முதன்முறையாக என் ஓரளவு மூளையைக் (ஈசான்ய மூளையில் ஈஷிக்கொண்டிருந்ததை) காட்டினேன்...

கிட்டத்தட்ட மூன்று வருடங்கள் இந்த கேள்வி-பதில், வேள்வி பதிலாக வெற்றிகரமாக நடந்தது என்றால் அதற்கு பிரசுரரித்த கல்கியும் கேள்விகளைப் பிரசவித்த வாசகர்களும்தான் காரணம்... மற்ற காரணங்கள்...

சரித்திரத்தில் நான் தருமி அளவு தரித்திரம்... ஹாய் மதன் ஆக முடியாது... ஜலதோஷ சயனஸ் தெரிந்த அளவு சயன்ஸ் தெரியாது... ஆக சுஜாதா லெவலுக்கு 'ஏன்? எதற்கு? எப்படி?'

பாடறியேன் படிப்பறியேன்... காமெடி கலக்கியம் தெரிந்த அளவுக்கு கருத்தாழமான இலக்கியம் இம்மியும் தெரியாது... சிரிப்பூர் சாக்லேட் கிருஷ்ணனான என்னால் அமுதசுரபி திருப்பூர் கிருஷ்ணனாக ஆவது துர்லபம்... அந்துமணி எதார்த்தம், துக்ளக் சோவின் துல்லியம் இப்படி எந்தப் பக்கம் போனாலும் இடி... எதேச்சையாக என் நண்பன் ச.ரவி சொல்ல 'கண்டேன் கி.வா.ஜவை' ... அவரது கலைமகளில் வெளியான 'விடையவன்பதில்களை காலையும் மாலையும் நாக்கில் வேல் குத்திக் கொண்டு பாராயணம் செய்தேன்...'

அவரது வார்த்தை ஜாலத்தைக் கையாண்டு, நானும் கி.வா.ஜ. (கிரேசி வார்த்தை ஜாலம்) ஆக நப்பாசைப் பட்டேன்... கி.வா.ஜவின் மகன் முருகன் என் பால்ய நண்பன் என்பதால், வேறு வழி இல்லாமல் கி.வா.ஜவின் ஆன்மா 'தொலையறது போ ரீதியில் எனக்கு வழி காட்டியது...'

தமிழ், ஆங்கிலம், இந்தி, லத்தீன், இத்தாலி ஏன் மௌனம் இப்படி எல்லா மொழிகளுமே ஒரு தாய் வயிற்றுப் பிள்ளைகள்... உற்றுப் பார்த்தால் ஜாடை தெரியும்... உரசிப் பார்த்தால் சிலேடை புரியும்... உதாரணம்... சமர்ப்பணம்... SOMEONEக்கு அர்ப்பணமே சமர்ப்பணம்... இந்தக் கேள்வி பதில் வெற்றிக்குக் காரணமான SOMEONE கள் அன்றிலிருந்து இன்று வரை SOMEONE ஆக இருக்கும். எனது புனே நண்பன் சு.ரவியும், திந(தி.நகர்) நண்பன்' என்னைப் போல் ஒருவனாகிய இரா. முருகன்... சுடச்சுட நான் செல்லில் அனுப்பும் கேள்விக்கான பதில்களை ஆற அமர படித்து அப்பிராயமும் தருவார்கள். அழகு படுத்தியும் இருக்கிறார்கள்... இந்தக் கேள்வி பதில்களில் நிறைய வெண்பாக்களைப் பார்க்கலாம்...

புனேவிலிருந்து CELL வழியாக எனக்கு வெண்பா இலக்கணத்தை சொல்லிக் கொடுத்தவன் ச.ரவி... 'நட்புக்கும் உண்டோ அடைக்கும் நாதாங்கி'... நன்றி நண்பர்களே...

எனக்கு வந்த கேள்விகளிலேயே அதிகமாக வந்த கேள்வி 'கிரேசி... உங்களுக்குப் பின் நகைச்சுவையில் உங்கள் வாரிசு, யார்...?' இந்தக் கேள்விக்கு விடை காண, எனது இரண்டாவது மகன் பத்மனாபனிடம், சில கேள்விகளைக் கொடுத்து வேடிக்கைப் பார்ப்பேன்... 'காட்டுக்கு போன ராமரை கொசு கடிக்காதா...?' என்ற வாசகரின் விபரீதக் கேள்விக்கு 'கடித்து மலேரியா பரப்பும் கொசு பெண்கொசு...பெண் கொசு ராமரைக் கடிக்காது... ஏனென்றால் அவர் ஏக-பத்தினி விரதன்' என்ற பதிலைக் கூறி ஜாலிம்லோஷன் தடவிக் கொள்ளும் அளவுக்கு என் மகன் புல்லரிக்க வைத்தான்... 'பெத்தபொழுதில் பெரிதுவக்கும் தந்தை தன் பிள்ளையைஇத்தரைக்கு வாரிசெனும் போது'... குறள் கூறி மகிழும் அளவுக்கு எனக்குக் கிடைத்த போனஸ் இது... 'உன் நன்றி வேண்டாம்... சொத்தில் பாதியை சன்மானமாகக் கொடு' என்கிறான்... வாயுள்ள பிள்ளை...

முகம் தெரியாத ஆனால் முகவரி தெரிந்த, கேள்வி கேட்டு என்னைக் குடைந்த கல்கி வாசகர்கள், போஜ ராஜ சிம்மாசனத்தில் ஏறும் போவது இரு புறமும் இருந்து வினாக்கள் தொடுத்து விழி பிதுங்க வைக்கும் பதுமைகள்... 'கேள்வி கேட்பது கஷ்டமா...? பதில் சொல்வது கஷ்டமா?' என்ற கேள்விக்கு 'யாமறிந்த பதில்களிலே

கேள்வி கேட்பது போல கஷ்டமானது எங்கும் காணோம்' என்பதுதான் என் பதிலாக இருக்கும்...

'சார் என் வயது இருபத்தியெட்டு' என்ற என் நாடகக் கதாநாயகன் மாதுவின் பதிலுக்கு ஏற்ற கேள்வியை நான் ஒரு இரவு முழுக்க முழித்தேன்... 'மாது உனக்கென்ன ஒரு இருவத்தியேழு வயது இருக்குமா...?' என்று மாதுவின் வீட்டுக்காரர் கேட்க, அதற்கு மாது 'கூட ஒண்ணு சேத்துக்குங்க சார்' என்று சொல்ல, பதிலுக்கு வீட்டுக்காரர் 'இருணூத்தியெழுவத்தி ஒண்ணா' என்று கேட்க, அரங்கம் ஜோக்கால் அதிரும்...

தோல் Vயில் 'V. FOR VICTORY' இருப்பது போல கேள்வியில் 'வி' FOR விடை இருக்கிறது... கல்கி வாசகர்கள் கேள்வி வீசகர்கள்... 'கிரேசி நீ பெண்ணாக மாறினால்... கிரேசி நீ காணாமல் போனால்... கிரேசி நீ கடவுளானால்' என்று கேள்விகள் கேட்டு, அதற்கு சமயோசிதமான பதிலை யோசிக்க இல்லாத கந்தை மூளையை கசக்க வைத்து கட்டிக் கொள்ள வைத்து கெட்டிக்காரனாக்கிய கல்கி வாசகர்களுக்கு வடிவே லுவாக ஒரு கேள்வி 'என்ன வச்சு காமெடி கீமடி பண்ணலியே...!'...

வாசகர் தபாலில் வாராவாரம் வழக்கமாக ஒருவராவது இந்தக் கேள்வியைக் கேட்டிருப்பார்கள்... 'உங்கள் நகைச்சுவைக்கு யார் காரணம்...?' 'யார்' என்பதை பொருத்தமாக இந்த முன்னுரையில் முழங்க விரும்புகிறேன்... நான் கும்பிடும் சாமி, நகைச்சுவைக்காக பிரத்தியேகமாக அவதரித்து, அப்புசாமியைப் பெத்த சாமி திரு. பாக்கி யம் ராமசாமி'...

கடவுள் உண்டு என்று சொல்லும் ஆஸ்திகளையும், இல்லை என்று சொல்லும் நாஸ்திகளையும் நகைச்சுவையால் 'உண்டுஇல்லையென்று' ஆக்கும் ஹாஸ்திகன் இவர்...

ஆள் பாதியான எனக்கு அணிந்துரையைக் கட்டிவிட்டு ஆடை பாதி தந்த அந்த ஆயிரங்காலத்து பயிருக்கு இந்த நேற்று முளைத்த நகைச்சுவைப் புல்லின் நன்றி...

பாதி ஆடை தந்தது பாக்கியம் என்றால் அணிந்துரையாக மீதி ஆடை தந்து இந்த புத்தகத்தை மேம்படுத்தியவர் அமுதசுரபி ஆசிரியர் 'திருப்பூர் கிருஷ்ணன்' சார்...

அமுதசுரபியில் வெண்பாக்களில் 'ராமணாயணத்தை' எழுதவைத்து, என்னுள் இருக்கும் கவிஞனை எனக்கே கண்டுபிடித்து காட்டிக் கொடுத்த 'இலக்கிய கொலம்பஸ்'

திருப்பூரார் எனக்கு வழிகாட்டி ஆற்றுப்படுத்தும் பொறுப்பூரார்... அவருக்கும் அடியேனின் நன்றி...

கடைசி கடைசியாக எனக்கு கணினியில் எழுத கற்றுக் கொடுத்த ச.ந.கண்ணனுக்கு நன்றி... போன வாரத்திற்கு அடுத்த வாரம் பதில் அனுப்பும் இந்த லேஸிமோகனை தலையெழுத்தே என்று தாங்கிக் கொண்ட கல்கி ஆசிரியர் குழுவைச் சேர்ந்த கதிர் 'பாரதி, சூர்யாக் களுக்கு', அடுத்த ஜென்மத்தில் ஆழ்வாராகப் பிறந்து 'பல்லாண்டு பாடி' வாழ்த்துகிறேன்...

ஒவ்வொரு வாரமும் கல்கியைச் சேர்ந்த 'கண்ணப்பனும் - தாமுவும்' அடுத்தவார விடைகளுக்கான வினாக்களைக் கொண்டு வருவார்கள்... விடைகளுக்காக நான் இல்லாத முடியை பிய்த்துக் கொள்வதை வக்கிரமாக ரசிக்கும் என் வீட்டார் அப்போது 'வினா வேங்கடேசம் வராரே! வராரே!... விடை வேங்கடேசம் தராயோ! தராயோ!' என்று என்னை எழுப்பி சுப்ரபாதம் பாடுவார்கள்... சிரமத்தைப் பார்க்காமல் சீன யாத்திரிகர் 'யுவாங்-சுவாங்' போல வாச கர் கேள்விகளை ஏந்தி வந்த 'கண்ணப்பன்-தாமுவுக்கு நன்றி...

முடிவாக... கல்கி வாசகர்களுக்கு பகவான் ஸ்ரீ ரமண மகரிஷியின் 'நான் யார்' கேள்வியை வைக்கிறேன்... திருப்திகரமான விடை சொல்லும் வாசகருக்கு குருவாயூர் துலாபாரத் தராசில் குந்த வைத்து எடைக்கு எடை என்னையே தருகிறேன் போறுமா...!

க்ரேஸி மோகன்

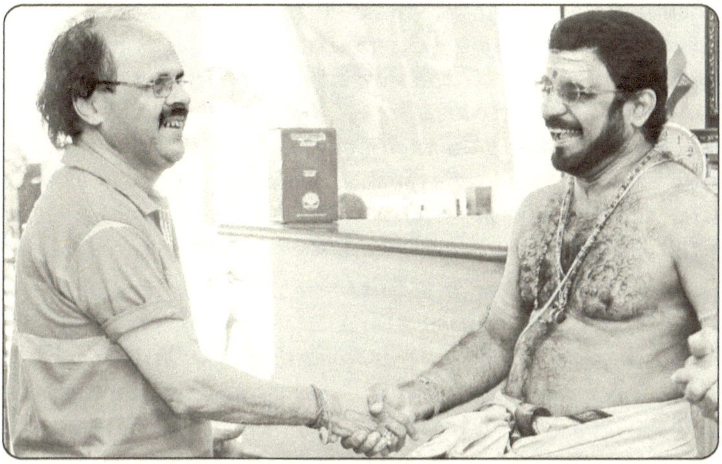

பாலாஜி கிட்ட பேசிட்டேன்

'சீனு! நான் கமலோட டிஸ்கஷன் டிஸ்கஷன்னு ரொம்ப பிஸியா இருக்கேன். ஆனால் பாலாஜி கிட்ட பேசிட்டேன். அவனை 'ஸ்க்ரிப்ட்' எல்லாம் எடுத்துண்டு வந்து உன்கிட்ட கொடுத்திட சொல்லியிருக்கேன்.' நான் எப்போதெல்லாம் மோகனைப் பார்க்கிறேனோ, அப்போதெல்லாம் அவரிடமிருந்து வரக் கூடிய பதில். மயிலாப்பூர் மாட வீதியில் உள்ள வெற்றிலை கடையாகட்டும், விழாவாகட்டும், நாங்கள் இருவரும் இருந்த விழா மேடையாகட்டும், திருமண நிகழ்ச்சியாகட்டும் எங்கு பார்த்தாலும் இதே பதில்தான்.

எனக்கும் மோகனுக்கும் 1992 முதலிலேயே தொடர்பு ஏற்பட்டது. அப்போது நாங்கள் 'சோ' அவர்களின் நாடகங்கள், கதைகள் எல்லாவற்றையும் புத்தகங்களாக வெளியிட ஆரம்பித்தோம். தமிழ் நாடக உலகில் பிரபலமாக இருந்த ஒய்.ஜி. மகேந்திரன், மௌலி, விசு, மெரீனா, எஸ்.வி.சேகர், கிரேஸி மோகன் போன்றவர்களின் நாடகங்களை எல்லாம் புத்தக வடிவில் கொண்டு வர எண்ணி, ஒவ்வொருவராக அவர்களது வீட்டிலேயே சென்று சந்தித்தேன். இவர்களில் சோ, மெரீனா ஆகியோரது நாடகங்களை வெளியிட்டோம். ஆனால், மற்றவர்கள் எல்லாம் அப்போதுதான் நாடகத்தில் வெற்றி பெற்று சினிமாவில் காலடி வைத்து மிகவும் பிஸியாக இருந்தார்கள். அந்த நேரத்தில்தான் எஸ்.வி. சேகரின் நாடகங்கள் எல்லாவற்றையும் ஒரே சமயத்தில், அன்றைய முதல்வர் ஜெயலலிதா வெளியிட்டார்.

சினிமாவில் நுழைந்த நாடக வெற்றியாளர்கள், அப்போது சென்னை தொலைக்காட்சியிலும் மிகவும் பிஸியாக இருந்தார்கள். இந்தச் சமயங்களிலும் மோகனை சந்திக்கும் போதெல்லாம், 'சீனு! பாலாஜி கிட்ட சொல்லிட்டேன்' என்ற பதில்தான். எவ்வளவு பிஸியாக இருந்தாலும் மோகன் நின்று பேசி விட்டுப் போவதோடு, எங்கள் வீட்டு மங்கல நிகழ்ச்சி, எங்கள் நிறுவன புதிய கட்டிட திறப்பு விழா, எங்கள் அலுவலகத்திற்கு ஸ்ரீ காஞ்சி பெரியவர் விஜயம் போன்ற நிகழ்ச்சிகளுக்குத் தவறாமல் வந்து விடுவார்.

ஒரு சமயம் சென்னை புத்தகக் காட்சியில் நான் செயலாளராக இருந்த போது, மோகனை சிறப்புப் பேச்சாளராக அழைத்திருந்தேன். அன்று நல்ல மழை. எல்லோரும் இந்த நிகழ்ச்சி ரத்து ஆகி விடும் என்று எண்ணினர். ஆனால், மோகனுடைய பேச்சைக் கேட்க வந்திருந்த கூட்டத்தைப் பார்த்ததும், குடையை பிடித்துக் கொண்டு, மோகன் மேடையேறி, 'மழை பெரியதாக இருக்கிறது. மழையை விட நீங்கள் அதிகமாக இருக்கிறீர்கள். நீங்கள் பேசச் சொன்னால் நான் பேசுகிறேன்' என்று 'மைக்'ல் பேசியவுடன், கூட்டத்தினரும் குடையுடன் பேச்சை ஆர்வமுடன் கேட்கத் தொடங்கினர். இயற்கை மழையுடன், நகைச்சுவை மழையையும் சேர்த்து அறுசுவை அவியல் போல் மக்கள் ரசித்தனர். மறக்க முடியாத நிகழ்ச்சி இது. மோகனுக்கும் மிகவும் மகிழ்ச்சி.

அங்கேயும் புறப்படும் போது, 'சீனு! பாலாஜிகிட்ட சொல்லிட்டேன்' என்ற பதில்தான். நாட்கள், மாதங்கள், வருடங்கள் ஓடின. மோகனும் சிரித்து, சிரிக்க வைத்து இயற்கை எய்தி விட்டார். பிறகு பாலாஜியை, கபாலி கோயிலில் சந்திப்பேன். நீண்ட நேரம் பேசுவோம், பேசுவோம், பேசிக் கொண்டேயிருப்போம். இப்படியே ஒரு சில வருடங்கள் ஓடின. எல்லாவற்றிற்கும் நேரம் வர வேண்டுமே! இப்போதுதான் வந்தது. அதுவும் சாதாரணமாக இல்லை. பாலாஜி தங்களது நாடக ஸ்க்ரிப்டையெல்லாம் தேடும் போது, மோகன் எழுதிய டைரியை படித்து, உடனே எனக்கு போன் செய்து, 'சீனு! மோகன் தன் டைரியிலேயே, 'என்னுடைய புத்தகங்கள் எல்லாம் அல்லயன்ஸ் கம்பெனியில் தான் வர வேண்டும்' என்று எழுதியிருக்கான் என்று தழுதழுத்துக் கூறினார். டைரி மூலமாக தனது நிலையை தெரிவித்த மோகனுக்கும், அதை என்னிடம் அன்புடன் தெரிவித்த பாலாஜிக்கும் எனது மனமார்ந்த நன்றி. கிரேஸி மோகன் பாலாஜியிடம் பேசி விட்டார்; பாலாஜியும் ஸ்க்ரிப்டையெல்லாம் தந்து விட்டார்; புத்தகங்களும் வந்து விட்டன. வாசகர்கள் எல்லாவற்றையும் வாங்கி ஆதரவு தெரிவிப்பார்கள் என நிச்சயம் நம்புகிறேன்.

அல்லயன்ஸ் ஸ்ரீநிவாஸன்

கிரேஸியைக் கேளுங்கள் – 2

1. 'உளியானாலும் உத்தமி!'

கே: தங்களின் குல-தெய்வம், இஷ்ட தெய்வம் என்ன...?

ப: ப: குலதெய்வம் அமரர் கல்கி... இஷ்ட தெய்வம் - அமரர் தேவன்...

கே: நீங்க எதுல lkg...?

ப: 'சுறுசுறுப்புல...' lazy என்றும் எடுத்துக்கலாம்... lkg பசங்க மாதிரி சுறுசுறுப்புல crazy என்றும் கொள்ள லாம்...

கே: இந்த காலத்து ஜனங்களை விட அந்த காலத்து ஜனங்க ஆரோக்கியமாக இருந்த ரகசியம் என்ன...?

ப: ஆரோக்யத்துலேயே யோக்ய மும் இருக்கு, கேள்விக்கான Answerம் இருக்கு.... அதைத் தவிர 'ஜன்னல் கதவையெல்லாம் நல்லா திறந்து வையுங்கப்பா... நல்ல காத்தும், வெளிச்சமும் வரட்டும்' இது அந்தக் காலம்... 'கதவை எல்லாம் இழுத்து மூடுங்கப்பா... A/c காத்து வெளில போவுது பாரு' இது இந்தக் காலம்...

ப: கே: வயதானால் தாங்கள் எப்படி இருப்பீர்கள்...?

ப: ப: 'நரைகுடம்' தளும்பாமல் இருக்க தற்சமயம் தலைக்கு 'die' அடித்து 'crazy' மோகனாக இருக்கிறேன்... 'die' அடிக்காவிட்டால் 'grey'ஸி மோகனாக இருப்பேன்...!

கே: சுடச்சுட காதலியின் முத்தம், சுடச்சுட காப்பி... எது ரொம்ப டேஸ்ட்...?

ப: பேஷ் பேஷ் கேள்வி ரொம்ப நன்னாருக்கு... முத்தத்துக்கு முன் காப்பி வேஸ்ட்... முத்தத்துக்குப் பின் காப்பி டேஸ்ட்... மொத்தத்துல ரெண்டும் பித்தம்...

கே: மோனோலிஸாதான் உலகிலேயே அழகான பெண்ணா... ஏன் அவளை விட அழகான பெண் உலகில் இல்லையா, கிரேசி...?

ப: மோனோலிஸாவா... 'எவ அவ...?' வரைந்து கொண்டிருக்கிறேன் 'மோஹனோ லிஸா...!'

கே: மேக்கப் ரூமை ஏன் 'Green Room' என்று அழைக்கிறோம்...?

ப: பச்சையா சொல்லப்போனா... Makeக்க போட்டு கொண்டிருக்கும் வரை நமக்கு 'Ever Green' அந்தஸ்தை அளிப்பது அந்த அறைதான்...

கே: ஆசைக்கு மட்டும் ஏன் முற்றுப் புள்ளி இருப்பதில்லை...?

ப: முற்றும் துறந்தாத்தான் ஆசைக்கு முற்றுப் புள்ளி போட்டு calmமா இருக்க முடியும்... அதுவரையில் comma போடும் காமா (ஆசை) நம்மை வெறும் புள்ளியாகத்தான் வச்சிருக்கும்...

கே: செல்போனால் நமக்கு தொண்டா...? இல்லை தொல்லையா...?

ப: தொண்டைக்கு தொல்லை...!

கே: கிரேசி... நீங்க 'Keep Left' டா இல்ல 'Keep Right'டா...?

ப: ரெண்டும் இல்ல... 'Keep Quiet...'

கே: தொடர்ந்து ஜெயிக்கும் 'தோனி...?'

ப: தனக்குத்தானே விளையாடினாலும் கூட, இரண்டு 'தோனியும்' ஜெயிப்பார்கள்... அப்படி ஒரு கிளவுஸ் ரேகை தோனிக்கு... நாம் தோற்ற எல்லா டீமுக்கும், பதிலுக்கு தோல்வியைக் கொடுக்கும் தோனி 'தானிக்கு தோனி சரி போயிந்தி' டைப் கேப்டன்.

கே: யாருக்கு யார் உறவு...? எனக்கு எது சொந்தம்...? எதுக்கு எது சுமை...?

ப: எதுக்கும் சொந்தம் கொண்டாடும் எவருடைய உறவும் யாருக்குமே சுமைதான்...

கே: 'சாக்லேட்கிருஷ்ணா' வைத் தொடர்ந்து உங்கள் அடுத்த நாடகம் என்ன கிரேஸி...?

ப: sillyயாகக் கேட்கும் கேள்விகளுக்கு சில்மிஷமாக பதில் அளித்து கோடீஸ்வரன் ஆகும் 'மாது the silly யனர்...'

கே: யாருடைய பதில்கள் கிரேசிக்குப் பிடிக்கும்...?

ப: வார்த்தை ஜாலத்தால் எஸ்கேப் ஆகாமல் வாஸ்தவமான பதில்களைத் தரும் தினமலர்-வாரமலர் அந்துமணி பதில்கள்...

கே: பற்றின்மைக்கு 'தாமரை இலைத் தண்ணீரைத்தான்' எப்போதும் உதாரணமாகக் கூறுகிறோம்... புதுசா எதானு சொல்ல முடியுமா...?

ப: 'கண்ணாடியில் ஒட்டாத பிம்பம்...'

கே: ஒற்றுமைக்கும், வேற்றுமைக்கும், உள்ள ஒற்றுமை வேற்றுமை என்னவோ...?

ப: அப்படி போடுங்க... ஒற்றுமை, வேற்றுமை இவற்றை வேறுபடுத்துவது 'தலை'யெழுத்துதான். தலையெழுத்து 'வே'றாக இருந்தால் வேற்றுமை... 'ஒ'ன்றாக ஆனால் ஒற்றுமை...

வேடிக்கையாக உதாரணம் சொல்லப் போனால்... எனது அன்னைக்கும், எனது மகனின் அன்னைக்கும் 'தாய்மையில்' ஒற்றுமை... ஆனால், அவர்களுக்கு இடையே மாமியார் மாட்டுப்பெண் என்ற வேற்றுமை...

கே: கடமையைச் செய்து விட்டு பலனை எதிர்பாராமல் இருப்பது சாத்தியமா...?

ப: ஏன் சாத்தியமில்லை... அந்திம காலத்தில் தனக்கு மகன் பால் ஊற்றுவான் என்ற பலனை எதிர்பார்க்காமல், மகனுக்கு தாய்ப் பால் ஊட்டும் கடமையைச் செய்யும் தாய்மை... காமத்துப் பால் என் பலனை எண்ணாது பரஸ்பர அன்பால் மலரும் காதல்... நட்பால் நண்பனுக்கு உயிரையே கொடுத்தல்... சொல்லிக் கொண்டே போகலாம்... அடுத்த கேள்விக்கு பதில் சொல்ல வேண்டுமே என்ற பலனை எதிர்பார்த்து இத்தோடு என் கடமையை முடித்துக் கொள்கிறேன்...

கே: எதையும் தாங்கும் இதயம் உங்களுக்கு உண்டா...?

ப: முடிந்த வரை தாங்குவேன்... முடியாதபோது பிரச்சினைகளை 'by pass' செய்து விடுவேன்... அதுவும் முடியாமல் நான் கொந்தளித்தால் என்னை சமாதானப்படுத்த 'peace maker' மனைவி உண்டே...!

கே: இப்ப நாம நல்லா உழைச்சா பின்னாடி காலை நீட்டிண்டு படுத்துக்கலாம்னு என் நண்பன் சொல்றான் கிரேசி...?

ப: உழைங்க தப்பில்ல... நண்பன் சொல்றானேன்னு யோகாசனம் மாதிரி பின்னாடி காலை நீட்டிண்டு படுக்காதீங்க... எக்கச்சக்கமா சுளுக்கிக்கும்... ஜாக்கிரதை...

கே: 'நிறை குடம் தளும்பாது...' சரி... காலி குடம் கூடத்தான் தளும்பாதே...?

ப: வித்தையால் வரவேண்டியது வினயம்... நிறைகுடம் தளும்பாது என்பதை விட, கூட இருப்பவர்கள் குலுக்கினாலும் தளும்பக் கூடாது... குறை குடமாகி தளும்பிக் கொட்டி விடுவதால்தான், நிறைகுடம் காலி குடமாகி விடுகிறது...

கே: உங்களைப் பற்றி உங்கள் வீட்டுக் கண்ணாடியிடம் கேட்டால்...?

ப: கேக்கறதுக்கு நான் போனால் 'ஆஹா' என்று அழகைக் காட்டும்... நீங்க போனா 'வெவ்வெவ்வெவ்வே' என்று அழகு காட்டும்... எஜமான விஸ்வாசம் என் கண்ணாடிக்கு அதிகம்...

கே: வானவில், ராமனின் வில்... ஒப்பிடுக...?

ப: வானவில் ஏந்திய வானமும் நீலம், ராமனும் நீலம்... ஏழு வண்ணத்தால் தீட்டிய வானவில் கடவுளின் கையெழுத்து... ஏழு மரத்தை வில்லால் துளைத்த ராமனின் கை வண்ணம், பத்து தலைக்குத் தலையெழுத்து... மழை நின்றதைத் தெரிவிக்கத் தோன்றும் வானவில்... சரமழை தொடங்கப் போவதைத் தெரிவிக்கும் ராமனின் வில்...

கே: ஆஸ்கார் விருதிலும் சிபாரிசு உண்டு என்கிறார்களே... மெய்யாவா கிரேசி...?

ப: ஏ.ஆர். ரெஹ்மானுக்கு ஆஸ்கார் கிடைத்ததே சிபாரிசால் தான்... கடவுளின் சிபாரிசு... ஏ.ஆர். ரெஹ்மான் செய்யும் தொழிலாம் தெய்வத்தின் சிபாரிசு... அல்லா முதற்கொண்டு 'எல்லா இறைவனும் ஏ.ஆர்.ரெஹ்மான் புகழுக்கே...' இசை பட வாழும் இறைவன்...

கே: 'கல்லானாலும் கணவன்' சரி... அப்ப மனைவி...?

ப: தட்டிக் கேட்டு, குடைந்து எடுத்து செதுக்கி அந்தக் கல்லை சிலையாக்கும் மனைவி 'உளியானாலும் உத்தமி...'

கே: சமையல்-கலை ஆய கலைகள் 64-இல் ஒன்றா சார்...?

ப: தாயினும் சாலப் பரிந்தூட்டும் அன்னபூரணி 'ஆயா-கலை...' பசி வந்திட மற்ற அறுபத்தி நாலும் பறந்து போகும்...

2. Y.G.M.ன் கும்பாபிஷேகம்!

கே: தம்பி உடையான் படைக்கு அஞ்சான்... அண்ணன் உடையான்...?

ப: நடைக்கு அஞ்சான்... அண்ணன் ராமனின் வழியில் பின் தொடர்ந்து நடந்த தம்பி லஷ்மணன்...

கே: கண்ணன் 'மாதங்களில் மார்கழியாக' இருக்கிறான்... அப்ப முக்கண்ணன்...?

ப: வாரங்களில் தே'வாரமாக' இருக்கிறான்....

கே: பெண் மயிலாள் தோகை விரித்தாள் என்கிறோமே எப்படி...? ஆண் மயிலுக்குத்தானே தோகை உண்டு...?

ப: நாம் தூங்க நமக்காக நமது பாயை நம் மனைவி விரிப்பதில்லையா...! அது போலத்தான்... தனியாக சுருண்டு கிடக்கும்போது ஆண் மயிலுக்கு சோகை... பெண் மயிலைக் கண்ட சந்தோஷத்தில் விரிவது அதன் தோகை... மயிலை விடுங்கள்... நம்மை ஆதரவாக அணைக்க தனது 'தோ (இந்தியில் இரண்டு) கையை விரிப்பவளின் பெண்மையில்' நாம் அடைக்கலம் புகுகிறோம்...

கே: உங்களின் தீவிர ரசிகர் யார்...?

ப: டெல்லி கர்நாடகா வங்கியில் பணிபுரியும் ரமேஷ்... எனது நாடகங்களை என்னைவிட அதிகமாகப் பார்த்திருக்கிறார்... ரமேஷ் என்ற இந்த விசிறியிலிருந்து வருவது வெறும் காற்றல்ல... நான் ஸ்வாசிக்கும் ஆக்ஸிஜன்...

கே: யோசனைக்கும், சிந்தனைக்கும் என்ன பெரிய வித்தியாசம்...?

ப: யோசனை கடமை... சிந்தனை பலன்... யோசிக்காமல் கடமையை செய்... பலனைப் பற்றி சிந்திக்காதே...

கே: பூரண சுதந்திரம் அடைய வழி...?

ப: பூரண கட்டுப்பாடு...

கே: தர்மம் தலை காக்கும்... அதர்மம்...?

ப: தலை தாக்கும்... தலைக்கு வந்ததை தலைப் பாகையோடு போக வைக்கும் தர்மம்... தலைப் பாகைக்காக தலையையே வெட்டிச் சாய்க்கும் அதர்மம்...

கே: Sister Concern என்கிறோம்... இதிலும் பெண்களுக்குத்தான் முக்கியத்துவம் கொடுக்கிறோம்... ஏன்...?

ப: சுபாவமாக பெண்களுக்குத்தான் Concern அதிகம் பிரதர்...!

கே: காமம் இல்லாமல் இனப் பெருக்கம் நடக்க முடியுமா...?

ப: சம்பந்தப்பட்ட பூவுக்கும், வண்டுக்குமே தெரியாமலேயே மகரந்த சேர்க்கையால் நடக்கும் இன பெருக்கம்.. அப்புறம் டெஸ்ட்ட்யூப் பேபி... இதுவும் புதிதல்ல... குடமுனி என்று அழைக்கப்பட்ட அகத்தியர்தான் முதல் டெஸ்ட்ட்யூப் பேபி...

கே: கற்ற கையளவை உலகளவாக்க முடியுமா...?

ப: மாடு மேய்த்த கண்ணன் கற்றது கை-மண்ணளவு... ஆனால் வாய் திறந்து அவன் பெற்றவளுக்குக் காட்டியதோ உலகளவு...

கே: ஒபாமா ஒஸாமாவைப் பிடிப்பாரா...?

ப: நல்லா கேட்டீங்க... இப்ப இருக்கற பொருளாதாரப் பின்னடைவுல ஒபாமாவின் பிரச்சினை ஒஸாமா இல்லம்மா... அமெரிக்க விஸாம்மா...

கே: பெண்களுக்கு உதவியாக ஆண்கள் வீட்டு வேலை செய்யலாமா...?

ப: வழக்கத்தை மாத்தாதீங்க... Go Ahead...!

கே: வள்ளுவர் சொல்லியபடி புகழுடன் பிறப்பவர்கள் யார்...?

ப: அன்னையின் தொப்புள் கொடி ஏந்திப் பிறக்கும் நாம் எல்லோருமே, புகழுக்காகப் பிறந்தவர்கள்தான்... மூவர்ணக் கொடியின் சுதந்திரத்துக்காகப் பாடுபட்ட மகாத்மா காந்தி, ஸ்வஸ்திக் கொடி ஏந்தி அனைவரையும் அடிமைப்படுத்திய சர்வாதிகாரி ஹிட்லர், இருவருமே சரித்திரத்தில் இடம் பெற்றவர்கள்தான்... இதில் காந்தி புகழோடு தோன்றி சரித்திரம் படைத்தவர்... ஆனால் ஹிட்லர் இகழைத் தோற்றுவித்து சரித்திரத்தையே துடைத்தவர்...

வள்ளுவன் சொன்னது... 'தோன்றின் மகாத்மாவாய்த் தோன்றுக; ஹிட்லராய்த் தோன்றலின் தோன்றாமை நன்று...'

கே: நகைச்சுவை உங்கள் கூடவே பிறந்ததா...? இல்லை இடையில் பிறந்ததா...?

நான்: பிறக்கும்போது, பிரசவம் பார்த்த லேடி டாக்டர் என் 'இடையில்'கை வைக்க, அந்தக் கூச்சம் தந்த கிச்சுக்கிச்சுப்பால், அழ வேண்டிய நான் சிரித்துக்கொண்டே பிறந்தேனாம்... ஆக, நகைச்சுவை எனக்கு இடையில் கூடவே பிறந்தது...

கே: எனக்கு ஒரு குழப்பம்... அழகான ஏழைப் பெண்ணை மணப்பதா...? அல்லது அழகற்ற பணக்காரப் பெண்ணை மணப்பதா...?

ப: உங்களுக்கு கூழுக்கும்ஆசை... மீசைக்கும் ஆசை... பசியோடு

மழித்த பிரம்மச்சாரியாக இருங்கள்... உங்கள் குழப்பத்திற்கு இரண்டு தீர்வு இருக்கிறது... அழகான ஏழைப் பெண்ணை மணந்து, நீங்கள் உழைத்து சம்பாதித்து அவளை அழகான பணக்காரப் பெண்ணாக ஆக்குங்கள்... இல்லையேல் அழகற்ற பணக்காரப் பெண்ணை மணந்து, அவளுடைய அத்தனை பணத்தையும் செலவழித்து அவளுக்கு ப்ளாஸ்டிக்சர்ஜரி செய்து அவளை அழகான ஏழைப் பெண்ணாக ஆக்குங்கள்...

கே: காதல், காமம் விளக்கம் தருக...?

ப: நம் வீட்டுச் சேற்றில் முளைத்த சிறு புல்லை செந்தாமரையாகக் கொள்வது காதல்... மாற்றான் தோட்டத்து மண்ணாங்கட்டியை மல்லிகையாய் எண்ணி முகர்வது காமம்...

கே: கெட்டிக்காரன் புளுகு எட்டு நாள்... முட்டாளின் புளுகு...?

ப: புளுகறதுக்கு கெட்டிக்காரனா இருக்கணும்... முட்டாள் வாய் தவறி உண்மையைப் புளுகிடுவான்...

கே: ஒரு மனைவி தன் கணவனை 'மாமா' அல்லது 'அத்தான்' எப்படி அழைக்கலாம்...?

ப: எனக்கென்னமோ 'ஏங்க' என்று 'ஏங்கி' அழைப்பதில் ஒரு 'இது' இருப்பதாகத் தோன்றுகிறது...

கே: 'விகடகவி'யை திருப்பிப் போட்டால் 'விகடகவி' என்றே வருகிறது... இது போல வேறு ஏதாவது மாடர்ன் உதாரணம் தர முடியுமா...?

ப: 'எஸ். எம். எஸ்'சை சொல்லாம்... திருப்பிப் போட்டா மட்டுமல்ல, நாம அனுப்பிய எஸ்.எம்.எஸ் நாலு பேருக்கு போயிட்டு நமக்கே திரும்பி வருவதால்...!

கே: 'காற்றுள்ள போதே தூற்றிக் கொள்' அப்படீன்னா இன்னா கிரேசி...?

ப: எவ்வளவுதான் கெட்டவனா இருந்தாலும் 'இறந்தவனை இகழக் கூடாது...' அதனால அவனுக்கு மூச்சுக் காற்றுள்ள போதே ஆசை தீரத் தூற்றிக் கொள்...

கே: புத்தர் மீண்டும் பிறந்தால் எந்த மரத்தின் கீழ் ஞானம் பெறுவார்...?

ப: புத்தர் அமர பட்ட மரமும்

துளிர்த்து போதி மரமாகும்... பனை மரக் கள்ளும் ஞானப் பாலாகும்... அது சரி, புத்தர் பிறப்பதற்குள எல்லா மரத்தையும் வெட்டி விடுவார்கள் போலிருக்கிறதே...

கே: பெண்ணுக்கு கற்பு... ஆணுக்கு...?

ப: கற்பனை... பெண்ணின் கற்பை அணையாமல் காக்கும் ஆண்மை தவறேல்...

கே: நாணயம் மிக்க மனிதர்களைப் பார்க்க முடிவதில்லையே... என்ன காரணம்...?

ப: Recessionதான்....!

கே: கூட்டுக் குடும்பம் நல்லதா இல்லை தனிக்குடித்தனம் நல்லதா...?

ப: இப்பொழுது இருக்கும் கால கட்டத்தில் கணவனும் மனைவியும் சேர்ந்து இருப்பதே கூட்டுக் குடும்பம் என்றாகி விட்டது... கணவன் ஒரு ஊரிலும், மனைவி வேறு ஊரிலும் வேலை நிமித்தம் காரணமாக தனித் தனியாக வாழ்வது தனிக் குடித்தனம் என்றாகிவிட்டது...

கே: கேள்விக்கு பதில் தெரிய வில்லை என்றால் யாரைத் துணைக்கு அழைப்பீர்கள்...?

ப: திருப்பதி ஏழுமலையானைத் தான்... 'வினா வேங்கடேசம் வராயோ வராயோ... விடை வேங்கடேசம் தராயோ தராயோ...'

3. எலெக்ஷன் ஐ.பி.எல்!

கே: அமெரிக்காவில் காந்திஜி பயன் படுத்திய கண்ணாடி, கால்- செருப்பு, சாப்பிட்ட பாத்திரம் ஆகியவற்றை ஏலம் விடுவதாக இருந்தார்களாமே...?

ப: நமக்குத் தேவை காந்தியின் கண்ணாடி அல்ல... அவரது தீர்க தரிச

கே: சமீபத்தில் தங்களை பிரமிக்க வைத்தது எது...?

ப: தனது முந்தைய நாடகமான 'சுதேசி-அய்யர்'ரில் Y.G. மகேந்திரா காலச்-சக்கரத்தில் கதாபாத்திரங்களை ஏற்றிக் கொண்டு, பின்னோக்கிச் சென்று பிரமிக்க வைத்தார்... 'வியட்னாம்-வீடு' நாடகத்தில் நடிப்பு என்னும் காலச் -சக்கரத்தில் ஏறிக்கொண்டு, முன்னோக்கிச் சென்று நடிகர்-திலகத்தை நம் முன் நிறுத்தி, நம்மை பிரமிக்க வைக்கிறார்...

இது ரீமிக்ஸா, ரீமேக்கா என்றால் இரண்டுமில்லை... நடிகர் திலகத்தின் 'வியட்னாம்-வீடு' வால்மீகி ராமாயணம் என்றால்... Y.G. மகேந்திராவின் 'வியட்நாம்-வீடு' கம்பராமாயணம்....

Y.G. மகேந்திரா சிவா எ.மகேந்திரவாக ஜொலிக்கிறார்... இது விமர்சனம் அல்ல... ஒரு நல்ல நாடகத்தின் பால் நான் கொண்ட கரிசனம்... தமிழ் நாடகக் கோயிலுக்கு Y.G.M. கும்பாபிஷேகம் செய்திருக்கிறார் என்றால் மிகையாகாது.

னம்... கால்செருப்பு அல்ல... அவர் காட்டிய பாதை... காந்தி சாப்பிட்ட பாத்திரம் அல்ல.. சாப்பிடாமல், உயர்ந்த லட்சியத்திற்காக உண்ணா விரதம் இருந்த காந்தி என்ற நற்குண கதாபாத்திரம்...

கே: கடவுள் இந்துவா, முஸ்லீமா, கிருஸ்துவரா...?

ப: தித்திப்பு சர்க்கரையா, சீனியா, ஷுகரா...? மைசூர்-பாகை எந்த ஊரில் யார் செய்தாலும் அது மைசூர்-பாகு தான்...!

கே: மிஸ்டர் பீனின் மௌன நகைச் சுவையை ரசிப்பதுண்டா...?

ப: ஆடையில்லாமல் ஓட்டலில் மாட்டிக் கொள்ளும் மிஸ்டர் பீன் அடிக்கும் லூட்டி அட்டகாசம்... இருந் தாலும் மிஸ்டர். பீன் அட்லீஸ்ட் மிஸ்டர் 'கௌபீன்' ஆக வந்திருக்கலாம்...

கே: மனைவியை ஏன் 'இல்லாள்' என்று கூறுகிறோம்...?

ப: பெண் திருமணத்திற்குப் பின் தனக்கென எதையும் வைத்துக் கொள்ளாமல் 'இல்லாளாக' இருந்து, கணவன் குழந்தைகளுக்கு கொடுத்து அவர்களை 'இருப்பவர்களாக' ஆக்குவ தால்...

'உங்களை கட்டிக்கிட்டு என்னத் தைக் கண்டேன்... நகை இல்லை, நட்டு இல்லை, சினிமா இல்லை, டிராமா-பீச்-ஓட்டல் இல்லை' என்று சொல்வதாலும் 'இல்லாள்' ஆகிறாள்....

கே: மனிதனுக்கு 'வால்' இருந் திருந்தால்...?

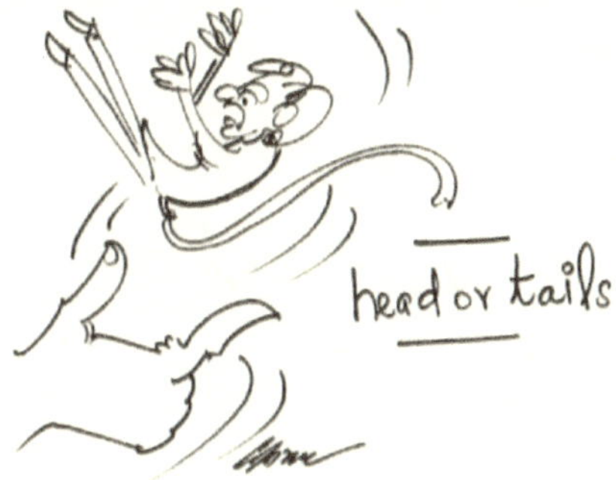

ப: கிரிகெட் மேட்சில் நாணயத்துக்கு பதிலாக அகப்பட்ட ஆளை சுண்டி எறிந்து head or tails பார்ப்பார்கள்.

கே: 'black and white' விழியால் எப் படி Colourful காட்சிகளைக் காண முடிகிறது...?

ப: 'அண்ணாந்து பார்க்க ஆரும் இல்லாவிட்டால், ஆகாசம் எதற்கு அனாவசியமாக நீல நிறத்தில் இருக்க வேண்டும்' என்று அன்றே கேட் டார் அத்வைத ஆதிசங்கரர்... நாம் பார்ப்பது எல்லாமே 'Black And White' த்வைதம்தான்... Colour பூசும் ஓவியன் மூளை... ஆக வண்ணம் என்பதும் ஒரு எண்ணம்... பார்ப்பவன், பார்க்கப்படும் பொருள், பார்வை இவை மூன்றும் ஒன்றானால் 'காக்கைச் சிறகினில் கண்ணனைக் காணலாம்...'

கே: தங்கள் வீட்டிலேயே ஏகப்பட்ட கஷ்டங்களை வைத்துக் கொண்டு, மற்றவர் வீட்டுக் கஷ்டங்களை டி.வி. சீரியலில் பார்த்து தேம்பி அழும் சில பெண்கள் பற்றி...?

ப: ஊரார் கஷ்டங்களைப் பார்த்து அழுது தொலைத்தால் தம் கஷ்டம் தானாய்த் தொலையும் என்ற மூட (இடியட்பாக்ஸ்) நம்பிக்கை உள்ள வர்கள்...

கே: ஒரு மனிதன் பூரணம் அடைவது எப்போது...?

ப: கொழுக்கட்டைக்குள் இருப்பது சுவையான பூரணம்... அதே போல நமது கொழுப்புக் கட்டைக்குள் எங்கும் நீக்கமற நிறைந்திருக்கும் பரிபூரணத்தின் ஒரு பகுதி Someபூரணமாக இருக்கிறது... அந்த Some பூரணம் பிறந்த காரணம் உணர்ந்தால் வாழ்க்கையில் No-ரணம்...

கே: சூரபத்மனை வெல்வதற்கு முன்பு முருகனின் வாகனம் எது...?

ப: முருகனுக்கு என்றும் வாகனம் முத்தமிழ்...

கே: தோல்வியில் வெற்றி காண முடியுமா...?

ப: முடியும்... தோல் Vயில் இருக்கும் V For Victory....

கே: கிளாமருக்கென தனியாக கிராமர் உண்டா...?

ப: உண்டு... அந்த இலக்கணம் கவர்ச்சிக் கலக்கணம்...

கே: பெண்களுக்கு அழகு சாந்து பொட்டா...? ஸ்டிக்கர் பொட்டா...?

ப: சாந்துதான் பொட்டு... ஸ்டிக்கர் ஒட்டு...!

கே: பலப் பல இரவுகளைக் கடந் தும்... இல்வாழ்க்கை தொடங்கும் இரவை 'முதல்-இரவு' எனக் குறிப் பிடுவதேன்...?

ப: முழித்துக் கொண்டிருக்கும் இரவுதான், முதல் இரவு...!

கே: காதலிக்கு பரிசாக என்ன கொடுக்கலாம்...?

ப: 'கோட்டை அறையை...' மனை வியாக்கி உங்கள் கோட்டையாம் படுக்கை - அறையை...

கே: ஹலோ கிரேசி... நீங்கள் நாக்கைக் கடித்து விட்டால் யாரைக் கிள்ளுவீர்கள்...?

ப: கிள்ளுக் கீரையை... கடிபட்ட நாக்குப் புண் ஆற மணத்தக்காளிக் கீரையைக் கிள்ளிப் பறித்து உண்பேன்...

கே: தன்னடக்கம், கோழைத் தனம் இரண்டும் அமைதியாக இருப்பது தானே...?

ப: தூக்கம், மரணம் இரண்டும் அசையாமல் இருப்பதுதானே...?. தன்னடக்கம் அமைதியான தூக்கம்... கோழைத்தனம் அகால மரணம்...

கே: தாலியில் மூன்று முடிச்சுகள், மணமகனுக்கு வாய்க்கட்டு, கைக்கட்டு,

கால்கட்டைக் குறிக்கின்றன என்கிறார் கள்... மணமகளுக்கு...?

ப: வாய்க்கு ருசியாக சமைத்து போடும் வாய்க்-கட்டு... வாரி அணைத்து வழங்கும் கைக்-கட்டு... பட்ட காலிலே படாமல் இருக்க, தவிர்க் கும் பாதுகாப்பான கால்-கட்டு...

கே: பூனைக்கு மணி கட்டலாம்... புலிக்கு...?

ப: புலிக்கு கட்டப் போனால், அது உங்களுக்கு நீங்களே கட்டிக் கொள்ளும் சாவுமணி...

கே: கடவுள் நம்பிக்கை, அவ சியமா...?

ப: கடவுள் நம்பிக்கை 'Helmet' மாதிரி... விபத்து நடக்காத வரையில் Wasteடாகத்தான் தோன்றும்... கஷ்டம் வரும்போது இந்த Hel&Metதான் காக்கும் Heaven&Met...

கே: எலெக்ஷன் வருவதால் I.P.L.மேட்ச் இந்தியாவில் கிடையா தாமே...?

ப: எலெக்ஷனும் I.P.L.தானே... Indian Parliamentary League மேட்ச்...

கே: பெண்களின் அழகுக்கு அளவு கோல் என்ன...?

ப: பார்ப்பவர்களின் அளவு Goalஐப் பொறுத்தது...

கே: நீங்க ஏன் மெகாசீரியலுக்கு எழுதக் கூடாது....?

ப: 'முடியாத' காரியத்தை நான் முயற்சி செய்வதில்லை...!

கே: வாழ்க்கை... தென்றலா...? புயலா...?

ப: மனக் கதவைத் திறந்து வைத்தால் தென்றல்... மூடிக் கவலையில் மையம் கொண்டால் புயல்...

கே: அது என்ன உப்பிட்டவரை உள்ளளவும் நினை...?

ப: அதெல்லாம் ஆரோக்கியமாக இருந்த அந்தக் காலம்... இப்ப இருக்கற BPக்கு உப்பிட்டவரை உள்ளளவும் கரிச்சுக் கொட்டு...

கே: உங்களுக்கும் மனைவிக்கும் நடக்கும் சண்டையில் யார் ஜெயிப் பார்கள்...?

ப: ஆரம்பத்தில் அவள் ஜெயிப் பாள்... முடிவில் நான் தோற்பேன்...

நடுவில் அக்கம்பக்கம் வேடிக்கை பார்க்கும் விளம்பர இடைவேளை...

கே: மனிதனுக்கு 'வால்' முளைத்தால்...?

ப: மிருகத்துக்கு ச'வால்...!'

கே: யாரை வாழ்க்கையில் அவசியம் பின்பற்ற வேண்டும்...?

ப: நம்மிடம் கடன் வாங்கியவனை...!

கே: கோயில் இல்லா ஊரில் குடியிருக்க வேண்டாம்... பள்ளி இல்லா ஊரில்...?

ப: கோயில் செய்குவோம்... பின் குடி புகுவோம்... அதன் பின் எழுத்தறிவிப்பவன் பாடு...

கே: திருவண்ணாமலை என்றதும் உங்கள் நினைவுக்கு வருவது எது...?

ப: பரணீதரனின் 'அருணாசல மகிமை...' படித்தால் உட்கார்ந்த இடத்திலேயே 'கிரிவலம்' செய்த உன்னத அனுபவத்தைக் கொடுக்கும் நூல்... ஒரு காலத்தில் பரணீதரனின் இந்த நூலைப் படித்துவிட்டு நான் திருவண்ணாமலைக்கு ஓடிப் போவதாக இருந்தேன்... மெரினாவின் நாடகங்களைப் பார்த்து விட்டு ஓடிப்போவதை ஒத்திப் போட்டு நாடக ஒத்திகை பார்த்துக் கொண்டிருக்கிறேன்... நாடகம் அறிய மெரினா... நான்யார் அறிய ரமணர்.....ரமணரை அறிய பரணீதரன்... பரணீதரன்தான் மெரினா....

கே: பணம் என்று ஒன்று இல்லாமலிருந்தால்...?

ப: சில்லறைத்தனம் என்று ஒன்று இல்லாமல் போயிருக்கும்....

4. முழு முதல் இரவு!

கே: பணம் பத்தும் செய்யும் என்கிறார்களே... அந்த பத்தில் பஞ்சமா-பாதகங்களும் அடக்கம் தானே...?

ப: சாதாரணமாகவே பஞ்சமா பாதகங்கள் செய்பவன், பணம் வந்தால் இரண்டு மடங்கு பத்துமாபாதகங்கள் செய்வான்...

கே: அதியமான் ஔவையாருக்கு அளித்த அதிசய நெல்லிக் கனி தங்களுக்குக் கிடைத்தால் யாருக்குக் கொடுப்பீர்கள்...?

ப: அதை என் மனைவியின்

கே: எது ரகசியம்...? எது பரம ரகசியம்...?

ப: திருக்கோஷ்டியூர் நம்பி ஸ்ரீராமானுஜருக்கு உபதேசித்த அஷ்டாக்ஷர மந்திரம் 'ரகசியம்...' 'இதை நீ ஜபித்தால் வைகுந்தம் செவ்வாய்... வேறு எவருக்கேனும் இதைக் கூறினால் அவர்கள்தான் வைகுந்தம் செல்வார்கள்.... ஆனால் கூறிய நீயோ நரகம் செல்வாய்' என்ற கண்டிஷனையும் போட்டார்... நலம் தரும் சொல்லை நாம் மட்டும் கூறினால் அது சுயநலம் தரும் சொல்லாகி விடுமே என்ற தியாக உணர்வு கொண்ட பெரும்புதூர் மாமுனி ஸ்ரீ ராமானுஜர், கோயில் மதில் மேல் ஏறி அனைவருக்கும் அந்த ரகசியத்தை அப்பட்டமாக்கினார்... தான் நரகம் போனாலும் பரவாயில்லை தன்னை நம்பிய அடியார்கள் வைகுந்தம் அதாவது பரம பதத்திற்கு போக வழி செய்து ரகசியத்தை 'பரம (பத)ரகசியமாக்கினார்...'

உள்ளங்கை நெல்லிக் கனியாக வைத்து ஊறுகாய் போட்டு 'ஆத்திச் சூடியில் 'ஸாரி'' ஆத்து ஜாடியில்' வைக்கச் சொல்லுவேன்... அந்த அதிசய நெல்லிக்கனியை சாப்பிட்டால் நீண்ட நாள் இருக்கலாம்... இருந்து சாதிக்க நானும் அதியமானில்லை, என் மனைவியும் ஔவையார் இல்லை... அட்லீஸ்ட் அந்த நெல்லிக்கனியாவது ஜாடியில் ஊறுகாயாக நீண்ட நாள் இருந்து விட்டுப் போகட்டுமே...!

கே: ஸ்வாமின், ஒரு சின்ன சம்சயம்... ஆண்களை 'பொம்மை' மாதிரி ஆட்டி வைக்கிறார்கள் என்பதால்தான், பெண்கள் 'பொம்மனாட்டி' என்று அழைக்கப்படுகிறார்கள்... சரியா...?

ப: ஏன் ஓய் அப்ப கம்மியா ஆட்டிப் படைச்சா 'கம்மினாட்டி' என்பீரா...! நீர் 'ரொம்பநாட்டி'ங்காணும்...

கே: கடவுள் கம்ப்யூட்டர் வைத்திருப்பாரா...?

ப: மத்த கடவுளைப் பத்தித் தெரியாது... மவுசிக-வாகனர் பிள்ளையார், மெயில்-வாகனர் முருகர், பதி netடுபடி ஐயப்பன், இந்த மூவரிடமும் நிச்சயம் இருக்கும்... WWW. கடவுள். Calmல் பார்த்தேன்....

கே: தெரியாத்தனமாக நீங்கள தேர்தலில் போட்டியிடும் சூழல் ஏற்பட்டால், எந்த சின்னம் கேட்டுப் பெறுவீர்கள்...?

ப: உதயசூரியனைக் கண்ட சந்தோஷத்தில் மலர்ந்த தாமரையைத், தண்ணீர் ஒட்டாத இரட்டை இலையோடு சேர்த்து பட்டும் படாமல் பறிக்கும் கை... இந்த சின்னத்தை சுவரில் வரைந்து முடிப்பதற்குள் எலெக்ஷன் முடிந்து விடும்...

கே: 'சிக்கென்ற' அழகியைப் பார்த்தால் உங்களுக்கு முதலில் வருவது, கதையா, கவிதையா, வசனமா...?

ப: செம்ம 'கட்டுரை...!'

கே: எது நாகரீகம்...? அது அநாகரீகம்...?

ப: கொடுக்க மனமில்லாவிட்டாலும் பிச்சை கேட்டவனிடம் 'ஸாரி இல் லப்பா' என்று நாசூக்காக நழுவுவது நாகரிகம்... 'கல்லு மாதிரி உடம்பை வச்சுண்டு உழைச்சு சம்பாதிக்காம இப்படி பிச்சை எடுக்கறியே... ஒனக்கு வெக்கமாயில்ல' என்ற அதிகப் பிரசங்கிதனம் அநாகரிகம்...

கே: திருவள்ளுவர் திருக்குறளை இன்னும் கொஞ்சம் கூட்டியோ இல்லை குறைத்தோ எழுதியிருந்தால்...?

ப: வரிகளைக் கூட்டி எழுதியிருந் தால் விருத்தமாகி இருந்திருக்கும்... எண்ணிக்கையைக் குறைத்து எழுதி யிருந்தால் நமக்கு வருத்தமாகி இருந் திருக்கும்... 'மழித்தலும் நீட்டலும் வேண்டா' சொன்னவராயிற்றே... அவ ருக்குத் தெரியாதா அளவு...

கே: மருந்துக்காவது அசைவம் சேர்த்துக் கொள்வீர்களா...?

ப: அந்த திருவான்மியூர் மருந்தீஸ் வரரே வற்புறுத்தினாலும் நான் அசைவ மாட்டேன்...!

கே: உண்மையிலேயே 'பிஸி' யாக இருப்பவர்களையும், 'பிஸி'யாக இருப்பது போல காட்டிக் கொள்பவர் களையும் எப்படிக் கண்டு கொள்வது...?

ப: உண்மையிலேயே 'பிஸி'யாக இருப்பவர்கள் காட்டிக் கொள்ள மாட் டார்கள்... காட்டிக் கொள்பவர்கள், காட்டிக் கொள்வதில் 'பி.ஸி'யாக இருப் பார்கள்....

கே: கி.மு. கி.பிக்கு பிறகு, அடுத்த தலைமுறையை எப்படிக் குறிப்பிடு வார்கள்...?

ப: அடக்கம் தடுக்கிறது... இருந் தாலும் சொல்றேன்... அதே கி.மு.-கி.பியில்தான்... கிரேசிக்கு முன், கிரே சிக்குப் பின்... ஹி ஹி ஹி....

கே: அப்பா-பிள்ளை அதிகம் பேசிக் கொள்வதில்லை... ஆனால் தாத்தா-பேரனுக்கு இடையே பேச்சுறவு அதிகமாக உள்ளதே... ஏன்...?

ப: பொக்கையின் பேச்சு பொக் கைக்குத்தான் புரியும்...

கே: முழித்துக் கொண்டிருக்கும் இரவுதான் 'முதல்-இரவு' என்று

சொன்னீங்க... அப்போ சிவராத்திரி...?

ப: 'முழு முதல்' இரவு...

கே: பொன்னியின் செல்வனை சினிமாவாக எடுத்து அதில் உங்களை நடிக்க அழைத்தால் எந்த பாத்திரத்தை விரும்பிக் கேட்பீர்கள்...?

ப: எனக்கு மிகவும் பிடித்த பாத்திரத்தை, எனக்குக் கொடுக்க மாட்டார்கள்... அது 'நந்தினி' கதாபாத்திரம்... என் 'பாத்திரம் அறிந்து அவர்கள் பிச்சையிடப் போவது' ஆழ்வார்க்கடியான் பாத்திரம்தான்...

கே: ரோஜாவில் நெகட்டிவாக ஏன் முள்ளை வைத்தான் இறைவன்...

ப: சட்டையில் குத்திக் கொள்ள... பாஸிடிவ்வாக யோசித்துப் பாருங்கள்...!

கே: இந்த எலெஷனில் நீங்க வேட்பாளரா இல்லை வாக்காளரா....?

ப: ஓட்டுச் சாவடியை நோக்கிச் செல்லும் Walk காளர்...!

கே: 'அன்புத் தொல்லையால்' என்ன ஆகும்...?

ப: அன்புக்கு இல்லை அடைக்கும் தாழ்... தொல்லைக்கு உண்டு தொலைந்த சாவி...

கே: முட்டாள்கள் தினம் கொண்டாடும் நாம் ஏன் அறிவாளிகள் தினம் கொண்டாடுவதில்லை...?

ப: முட்டாள் தினம், அறிவாளிகள் தினம் இரண்டும் ஒண்ணுதான்... ஏப்ரல் ஒண்ணுதான்... இப்போதெல்லாம் முட்டாள் ஆக்குபவந்தான் அறிவாளி என்றாகி விட்டது...

கே: 'பாய்-ஃபிரண்டை' நம்பலாமா...? 'கேர்ள்-ஃபிரண்டை' நம்பலாமா...?

ப: Friend என்பவன் கடைசி வரை மாறாமல் கைகொடுக்கும் Trend... Boyயோ, Girlளோ நம்-பலமாக இருப்பவரை நம்பலாம்...

கே: 'நிர்வாணம்' புனிதமா...?

ப: புத்த நிர்வாணம் புனிதம்... மத்த நிர்வாணம் தற்காலிக கிளர்ச்சியை தோற்றுவித்து தடாலென்று அணைந்து போகும் புஸ்வாணம்...

கே: கிரேசி... சிறந்த 'Body Spray' எது....?

ப: 'உசிரு...' இந்தப் பூர்வ வாசனை திரவியம் போச்சுன்னா Body பொணகப்படிக்கும்...

கே: நாட்கள் வெகு வேகமாக ஓடுகின்றதே... அதைத் தடுக்க என்ன வழி....?

ப: ஓடுவது நாட்கள் அல்ல... அதன் பின் ஓடும் ஆட்கள்... நாட்கள்

ஒரு மனபிராந்தி... நாட்களில் உள்ள கள்ளை(பயபிராந்தி) எடுத்து விட்டால் அது Not இல்லை என்றாகிவிடும்... கள் இருந்தால் அது Naughty ஆகிவிடும்.... ஓடும் நாட்கள் நாயைப் போல நம்மைத் துரத்தும்... நாம் அமைதியாக நின்றால் அது வாலைக் குழைத்துக் கொண்டு நம் பின் வரும்...

கே: 'மாக்கோலம்' ஸ்டிக்கர்கோலம்' எது பெஸ்ட்...?

ப: 'ஸ்டிக்கர்கோலத்தை' பூலான் தேவி மாதிரி 'கோலான் தேவி' திருட வாய்ப்புண்டு... குனிந்து வளைந்து 'மாக்கோலம்' போட்டால் உடம்புக்கு ஆரோக்கியம்... எறும்புக்கு ஆகாரம்...

கே: ஐந்து விரல்கள் இருக்க அது என்ன கட்டை விரலை மட்டும் கைரேகைக்கு வைக்கச் சொல்லும் சட்டம்...?

ப: 'Thumb Rule..' ஏகலைவன் ஞாபகார்த்தமாக...

கே: நகைச்சுவை இல்லாத வாழ்க்கை எப்படி இருக்கும்...

ப: சிரிப்பாய் சிரிக்கும்....!

கே: ஒருவன் வெற்றிக்கு காரணம்...?

ப: நிச்சயம் அவனல்ல... மற்றொருவனின் தோல்வி...!

5. Wigகி....Wigகி... அழுகை!

கே: உங்களின் பலம் மனைவியா...? மக்களா?

ப: மக்களைப் பெற்ற மகராசி...

கே: நாயோட 'லொள்ளுக்கும்,' நம்மோட 'லொள்ளுக்கும்' என்ன சார் வித்தியாசம்...?

ப: 'லொள்ளற' நாய் அதாவது குரைக்கிற நாய் கடிக்காது... நாயோட 'லொள் லொள்' இரட்டைக் கிளவி... நம்மோட 'லொள்ளு' ஒத்தைக் கிளவன்...

கே: மனைவியை ஏன் தாரம் என்கிறோம்...?

ப: தாரை வார்த்துக் கொடுப்பதால் தாரம்... குடும்பத்திற்கு அஸ்திவாரமாக இருந்தால் அவள் ஆதாரம்... செலவு வைத்தால் அவள் சேதாரம்...

கே: டியர் கிரேசி பொடியில் தங்களுக்குப் பிடித்தது 'மூக்குப் பொடியா', இல்லை 'சொக்குப் பொடியா...?'

ப: வைணவத் தலங்களுக்குச் செல்லும்போது மூக்குக்கு மேல் இட்டுக் கொள்ளும் ஸ்ரீசூர்ணப் பொடி... சைவக் கோயில்களுக்குச் செல்கையில் மதுரை சொக்கநாதரை வேண்டிக் கொண்டு நெற்றியில் இடும் விபூதி சொக்குப் பொடி...

கே: உங்களிடம் உள்ளது என்ன மாடல் கார்....?

ப: எம் மாடல் ஐயங்'கார்...' ஆட்டுக்கு வாலை அளந்து வைத்தது போல, என் வீட்டுக்கு வாசலை அளந்து வைத்திருக்கிறார்கள்... லாரியே உள்ளே நுழைந்தாலும் திரும்ப எடுக்கும் போது நசுங்கி 'சாண்ட்ரோ'ஆகிவிடும்...

கே: வைணவரான நீங்கள், கல்கியில் 'வாரம் ஒரு பாசுரம்' எழுத முயற்சிக்கலாமே...?

ப: வைணவரெல்லாம் சுஜாதாவாகிவிட முடியாது... அவர் எழுத்தில் ஆயிரம் காலத்துப் பயிர் '....பாசுரத்திலோ' நாலாயிரங்காலத்து நடவு... 'வாரம்' என்ற வார்த்தைக்கு நட்பு அல்லது நெருக்கம் என்றும் ஒரு அர்த்தம் தமிழில் உண்டு... சுஜாதாவுக்கு ஆழ்வார்களின் வாரமும் உண்டு... ஆராமுதனின் வரமும் உண்டு....

கே: சம்மரை சமாளிக்க 'ஜில்லுனு' ஒரு வழி...?

ப: முடிந்தால் 'ஃபிரிட்ஜுக்குள்' அமர்ந்து கொள்ளுங்கள் முடியாவிட்டால் யார் 'ஐஸ்' வைத்தாலும் ஏமாறாமல் ஏற்றுக் கொள்ளுங்கள்...!

கே: இப்போதெல்லாம் உபன்யாசங்களுக்கு கும்பல் குறைந்து விட்டதே...?

ப: 'எங்கெல்லாம் ராமாயணம் உபன்யாசம் நடக்கிறதோ, அங்கெல்லாம் தான் இருப்பதாகச் சொன்ன' ஆஞ்சனேய ஸ்வாமிகளே, 'விசாகா ஹரியின்' சுந்தர காண்ட உபன்யாசத்தின் போது ஆடியன்ஸோடு அமர இடம் கிடைக்காமல், மேடையேறி 'விசாக ஹரியின்' வாக்கில் அமர்ந்ததை அடியேன் காதால் கண்டேன்...

கே: புத்திசாலி முட்டாளாவது எப்போது...?

ப: புத்தி ஜோலியாக இல்லாமல், புத்தி ஜாலியாகும்போது...

கே: வாழ்க்கை என்பது யாத்திரையா, போராட்டமா, வேள்வியா...?

ப: நடந்தால் யாத்திரை... ஓடினால் போராட்டம்... அமைதியா அமர்ந்தால் வேள்வி... யாத்திரைக்கு கால் வேண்டும்... போராட கை வேண்டும்... வேள்விக்கு மனம் இருந்தால் போதும்... மார்க்கம் உண்டு.... போராடாமல் நிம்மதியாக யாத்திரை செய்யலாம்...

கே: தேர்தல் வருகிறது... நீங்கள் ஏன் சுயேச்சையாக நிற்கக் கூடாது...?

ப: தேர்தல் வந்தாலும் வராவிட்டாலும் நான் நிற்கும் போது தடுமாறாமல் சுயேச்சையாகத்தான் நிற்பேன்... இன்னும் ஒரு இருபது

வருடம் கழித்து, ஒருவேளை தள்ளாமையால் சுயேச்சையாக நிற்க முடியாமல் போனால், தாங்கிக் கொள்ள மனைவியின் கூட்டணி தேவைப்படலாம்....

கே: நாத்திகம், ஆத்திகம் இந்த இரண்டில் சிந்திக்க வைப்பது எது...?

ப: கடவுள் இல்லை என்று சொல்லி சிந்திக்க வைப்பது நாத்திகம்... உண்டு என்று நம்பி கடவுளை சந்திக்க வைப்பது ஆத்திகம்...

கே: வயது ஆக ஆக பெண்களுக்கும் தலையில் வழுக்கை விழுந்தால்...?

ப: WigகிWigகி அழுவார்கள்...Bold And Beautiful ஆக இருக்கும் பெண்கள் வழுக்கையோடு தைரியமாக Bald And Beautiful ஆக வலம் வருவார்கள்.... Mkt பாணியில் கடலை போடும் ஆண்கள் 'வழுக்கையே சந்திர பிம்பமே' என்று முகஸ்துதியாகப் பாடி, வழுக்கைப் பெண்களின் காதில் பூ வைப்பார்கள்...

கே: பய பக்தியுடன் உச்சரிக்கும் மந்திரம்...?

ப: 'மனைவி சொல்...!'

கே: கடைத் தையலுக்கும், காதலிக்கும் தையலுக்கும் என்ன ஒத்துமை...?

ப: இரண்டுமே பிரிந்து போகும்... கடைத் தையல் பிரிந்தால் நூல் நூலாகும்... காதலித்த தையல் பிரிந்தால் உள்ளம் நொந்து நூலாகும்... கடைத் தையல் பிரிந்து கந்தையானால் கசக்கிக் கட்டலாம்... காதலித்த தையல் பிரிந்து காதல் கந்தையானால்... கண்ணைக் கசக்கி பெற்றோர் பார்த்த பெண்ணின் கழுத்தில் தாலியைக் கட்டலாம்....

கே: பசிப்பதால் புசிக்கிறோமா...? புசிக்க வேண்டும் என்பதால் பசிக்கிறதா...?

ப: பசிப்பதால் புசிப்பது உணவு... புசிக்க வேண்டும் என்பதற்காகப் பசித்தால் அது தினவு... பசிப்பதால் புசிப்பவர்கள் சாப்பாடு கேட்பார்கள்... புசிப்பதற்காக பசிப்பவர்கள் கூப்பாடு போடுவார்கள்...

கே: ஆணாகப் பிறந்து விட்டதற்காக வருத்தப்பட்டதுண்டா...?

ப: ஆணாக இருந்தால்தான் பெண்மையை ரசிக்க முடியும்... அதனால் நல்லவேளை பெண்ணாகப் பிறக்கவில்லையே என்று சந்தோஷப்பட்டதுண்டு...!

கே: பெண்டாட்டி என்பது கணவனைBend எடுத்து ஆட்டி வைப்பதால் ஏற்பட்ட காரணப் பெயர்தானே...?

ப: அதனால்தான் அவளை நினைத்து கனவிலும் நடுங்கும் அவனுக்கு கணவன் என்ற காரியப் பெயர் வந்ததோ...!

ஹஸ்bendடாட்டி என்றும் வைத்துக் கொள்ளலாம்...!

கே: கிட்டப் போனால் எட்டிப் போகும் என்கிறார்களே... அது என்ன...?

ப: Proximity Breeds Contempt என்பார்கள் ஆங்கிலத்தில்... அது போல எதுவும் கிட்டப் போனால் எட்டிக் காயாய்க் கசந்து போகும்...

கே: அரசருக்கு அரசி, ராஜாவுக்கு ராணி என்றால், மன்னருக்குப் பெண்பால் 'மன்னி' என்றல்லவா இருக்க வேண்டும்...?

ப: சாரி பதில் தெரியவில்லை... என்னை 'மன்னி...!'

கே: மா, பலா, வாழை முக்கனிகளில் எது சிறந்தது...?

ப: நாம் நல்லபடியாக வாழ ஏதாவது ஒரு பழம் தினமும் சாப்பிடுவது நல்லது... நம்மை வாழ வைக்கும் பழம் வாழப்பழம்... வாழைப் பழம் சாப்பிட்டால் பலனும் அதிகம், பலமும் அதிகம்... மாrbala and மாrpala வாழைதான்...

கே: கிரேசி, அக்ஷய த்ருதியைக்கு ஆத்துக்காரிக்கு என்ன வாங்கினீங்க...?

ப: காதுல போட்டுக்கத் தோடு கேட்டாள்... நான் காதுல போட்டுக்காம கம்முனு இருந்துட்டேன்... அக்ஷயத் த்ருதியைக்கு எதுவும் வாங்காததால் ஆத்துக்காரியிடம் திட்டு வாங்கினேன்...

கே: கள்வன் -கயவன் என்ன வேறுபாடு....?

ப: உள்ளம் கவர் கள்வன்... உடல் கவர் கயவன்...!

கே: அம்பிகாவதி-அமராவதி, சலீம்-அனார்கலி, லைலா-மஜ்னு, ரோமியோ-ஜூலியட்... தங்களைக் கவர்ந்த காதல் ஜோடி...?

ப: எனக்குக் காமெடிதான் பிடிக்கும்... நீங்கள் சொன்ன நாலு ஜோடியும் டிராஜெடியில் முடிந்த டிரா 'ஜோடி'கள்...

கே: 'ஹரிதாஸ்' சினிமாவை நீங்கள் ரீ-மேக் செய்தால்...?

ப: 'சிரிதாஸ்...!'

கே: 'காதல்...' நேற்று... இன்று... நாளை...?

ப: நேற்று காத்திருத்தல்... இன்று காதல்... நாளை கல் (ஆனாலும் கணவன்)...!

கே: இப்போது எது கௌரவம்...?

ப: இப்போதைக்கு கௌரவம் குக்கரில்தான் (ப்ரஸ்டீஜ்) இருக்கிறது...!

கே: கொடுத்த வாக்கு தவறலாமா...?

ப: கொடுக்கப்பட்ட வாக்கைத் தவற விடாதீங்க...!

கே: 'வல்லவனுக்கு புல்லும் ஆயுதம்...' வல்லமை இல்லாதவர்களுக்கு...?

ப: 'புதர்...' ஒளிந்து மறைந்து கொள்ள 'கேடயம்...!'

6. நமதமீன்னா!

கே: தனிக்காட்டு ராஜான்னு சொல்றாங்களே... தனிக்காட்டுல ராஜாவா இருக்கறதுல என்ன பெருமை...? ராணி இல்லாம...!

ப: ராணியும், ராஜ்ஜியமும் இருந்தால் ராஜாவா...? ராணியும், ராஜ்ஜியமும் இல்லாமல் தனியா, ராஜாவா இருந்து காட்டுவதுதான் தவம்...

கே: ஒரு வேளை தற்பொழுது 'சிக்கிமுக்கி கல்' உபயோகிக்க வேண்டி இருந்தால்...?

ப: சிகரெட் Lighter, Heavierராக இருக்கும்...!

கே: அது என்ன வடி கட்டிய பொய்...?

ப: சம்பந்தா சம்பந்தமில்லாமல் வரும் சொப்பன வாழ்க்கை வடி கட்டாத சகட்டு மேனிப் பொய்... ஏதோ சம்பந்தம் இருப்பது போல நம்மை ஏமாற்றும் நனவு வாழ்க்கை, வடிகட்டிய பகட்டு மேனிப் பொய்... வடி கட்டுபவனைக் கண்டுபிடித்தால், ரமணரைப் போல கோவணக் கொடி கட்டிப் பறக்கலாம்...

கே: கண்டிப்பு, கனிவு எது சிறந்த வழி...?

ப: கண்டிப்பாகக் கனிவுதான்... கண்டிப்பு வெயிலில் காய வைப்பதற்கு சமானம்... கனிவு நிழற் காற்றில் நாசூக்காக உலர வைக்கும்....

கே: நான் கட்சி ஆரம்பித்தால் கிரேசி நீங்கள் 'கொ.ப.செ' வாக இருப்பீர்களா....?

நான் 'கே.ப.சொ...' கேள்விக்கு பதில் சொல்பவன்...!

கே: திரிசங்கு சொர்க்கம் என்றால் என்ன...?

ப: அது Three-சங்கு சொர்க்கம்... அன்னை சங்கில் பாலூட்டுவது முதல் கடைச் சங்கு... மனைவியின் சங்குக் கழுத்தை அணைத்து கிடப்பது இரண்டாம் இடைச் சங்கு.... மூன்றாவது இறுதிச் சங்கு ஊத இடுகாட்டை அடைவது அடைச் சங்கு... மூன்றிலும் கிடைப்பது சொர்க்கம்தான்....

கே: விழலுக்கு இறைத்த நீர் எது...?

ப: எல்லா நீருமே விழலுக்கு இறைத்த நீர்தான்... வானத்திலிருந்து கீழே பூமிக்கு விழலுக்கு (விழுவதற்கு)

கே: 'கொன்றால் பாவம் தின்றால் போச்சு...' எப்படி புரியலையே...?

ப: இது புரிய இரண்டு புராணம் தெரிந்திருக்க வேண்டும்... சிறுத்தொண்ட நாயனாரிடம் சிவபெருமான் பிள்ளைக்கறி கேட்ட பெரிய புராணம்... பூர்வாஸ்ரமத்தில் சிறுத்தொண்ட நாயனார் நரசிம்ம பல்லவனின் படைத் தளபதி பரஞ்சோதியாக இருந்து, வாதாபி படுகொலைக்கு காரணமாகவும் இருந்ததைக் கூறும் கல்கி புராணம் சிவகாமியின் சபதம்... பரஞ்சோதியாகக் கொன்ற பாவம் சிறுத்தொண்ட நாயனாராகப் பரிமாறிய பிள்ளைக் கறியை சிவன் தின்றதால் போச்சு... 'அதனால் என்ன சாப்பிட்டா போச்சு' என்று நாம் சொல்வதில்லையா, அது போல 'தின்றால் போச்சு' என்று அரன் திருவிளையாடல செய்ய 'பிள்ளைக் கறி' உயிர்பெற்று பிள்ளைக் கனியாகத் தவழ்ந்தது... அறுபத்து மூன்று நாயன்மாரில் சிறுத்தொண்டரை சிவபெருமான் செலெக்ட் செய்த காரணம்... வாதாபியில் உயிரிழந்த பிள்ளைகளின் பெற்றோர்கள் அனுபவித்த புத்திர சோகத்தைப் பரஞ்சோதி அலையஸ் சிறுத்தொண்ட நாயனாருக்குப்புரிய வைப்பதற்கு... 'நின்று கொல்லும் தெய்வம் 'இங்கு'தின்று கொன்றது பாவத்தை...'

இறைத்த நீர் மழை... வேகமாக ஓடி கடலுக்குள் விழலுக்கு இறைந்த நீர் நதி... கண்களிலிருந்து கன்னத்தில் விழலுக்கு இறைத்த நீர் கண்ணீர்... எழலுக்கு இறைத்த நீர் சுனாமி ஒன்றுதான்... பி.கு.விழல் என்றால் பொதுவாக நாம் நினைப்பது போல வேஸ்ட் என்ற அர்த்தமல்ல... நதி நீரில் விளையும் நாணலுக்கு விழல் என்று பெயர்... அதற்கு நீர் இறைத்தல், ஊட்டிக்கு ஜில் வாட்டர் சப்ளை செய்யும் அசட்டுத்தனமாகும்...

கே: ராமாயணக் கூனி 'கூனிக் குறுகிய' சம்பவம் ஏதாவது உண்டா...?

ப: ராமாயணக் கூனிக்கு கிருஷ்ணாவதாரத்தில் கண்ணன் முதுகில் ஒரு போடு போட்டு அவள் கூனலை நிமிர்த்தி விடுகிறார்... 'இன்னா செய்தாரை ஒறுத்தல் அவர் நாணபின்னால் நிமிர்த்தி விடல்...'

கே: ஆண்டவன் தேர்தலில் நின்றால் என்ன ஆகும்...?

ப: வேட்பாளராக பதிவு செய்யச் சென்ற ஆண்டவனுக்கும், தேர்தல் அதிகாரிக்கும் கீழ் கண்ட சம்பாஷணை தான் நடக்கும்...

தேர்தல் அதிகாரி: உங்க பேர் என்ன...?

ஆண்டவன் !!!!!!

தே.அ.: நீங்க பிறந்த தேதி... உங்க வயசு என்ன...?

ஆண்டவன் !!!!!!

தே.அ.: உங்க தேசம்.... ஐ மீன் நேஷனாலிடி...?

ஆண்டவன் !!!!!!

தே.அ.: என்ன சார் எந்த கேள்வியைக் கேட்டாலும் கிரேசியா முழிக்க நீங்களே...! நீங்க யாரு...?

ஆண்டவன் ஆண்டவன்....

தே.அ.: சாரி... இது ஆண்டவனுக்கான எலெக்ஷன் இல்ல... ஆளப் போறவங்களுக்கான தேர்தல்... நீங்க போகலாம்... நெக்ஸ்ட் யாருப்பா...?

ப்யூன்: சைத்தான் சார்...!

கே: கிரேசி தம்பி... செஸ் போர்டுல இருக்கற ராஜா, ராணி, சேவகன்,

இவங்கள்ளாம் எந்த நாட்டைச் சேர்ந்த வங்க... சொல்லேன்...?

ப: 'செஸ்கோஸ்லேவகியா...' சுத்தத் தமிழில் சதுரங்கப் பட்டினம்... ராஜா பேர் 'விஸ்வனாத் ஆனந்த்...'

கே: சினிமா தியேட்டரில் கிடைக் கும் கை தட்டலுக்கும், நாடக மேடை யில் கிடைக்கும் கை தட்டலுக்கும் என்ன வித்தியாசம்...?

ப: சினிமா தியேட்டர் சாதம்... நாடக மேடை பிரசாதம்... இந்த பிரசா தம் என்னும் அருள் கிடைத்தால் சாதம் என்ற பொருள் கிடைக்கும்...

கே: டியர் கிரேசி...! தங்களின் தொலைபேசி எண்ணைச் சொல்ல முடியுமா...?

ப: நிச்சயமா...நீங்க ஃபோன் பண் ணுங்க... கண்டிப்பா சொல்றேன்...!

கே: கிளுகிளுப்பா கலைநயத்துடன் ஒரு 'காதல்-கவிதை' கூறுங்களேன்...?

ப: பெண்பாவை பற்றி வெண்பா...

'வெக்கத்தில் தொட்டாற் சிணுங்கி
அவள்யாரும்
பக்கத்தில் இல்லையென்றால் பாய்ந்
தோடி - சொர்கத்தின்
வாசல் திறந்திடுவாள் வாத்சா யனர்விலை
நாசிமேல் வைப்பார் நிமிர்ந்து...'

கே: உங்களுக்கு அதிகாரம் அளிக்கப் பட்டால் இந்தியத் தலைவர்களில் யாருக்கு 'நோபெல்' பரிசு தருவீர்கள்...?

ப: 'நோ-பல்' பொக்கைக் கிழ வருக்கே என் 'நோ-பெல்...!'

கே: சோத்துக்கு தாளம் போடுகிறான் என்று இசையை சம்பந்தப் படுத்துவ தேன்...?

ப: சாப்'பாட்டுக்கு' தாளம் என்பதால் இருக்குமோ...?

கே: வாடகை வீட்டுக்கும் வாஸ்து பார்ப்பது அவசியமா...?

ப: பெண்டாட்டிக்குத்தான் தாலி கட்ட வேண்டும்.....!

கே: பறக்கும் சக்தி நமக்கு வந்து விட்டால் என்ன ஆகும்...?

ப: தூக்கிலும் போட முடியாது... தூக்கிப் போடவும் முடியாது...

கே: கனவு காண்பது, கண்ணாடியில் காண்பது... ஒப்பிடுக...?

ப: கண்ணைத் திறந்து கொண்டு காண்பது கண்ணாடியில்... கண்ணை மூடிக் கொண்டு காண்பது கனவில்... கண்ணாடி நம்மை பிரதிபலிக்கும்... கனவில் நாம் மற்றவர்களை பிரதிபலிக் கிறோம்... ஆக கனவில் நாம்தான் கண்ணாடி...

கே: அழகு மட்டும் ஏன் இதயத்தைக்

கவர்கிறது...?

ப: அழகு Art... இதயம் Heart... ஆர்ட் ஹார்ட்டைக் கவர்வதில் என்ன ஆச்சரியம்...

கே: எது சொர்க்கம்... எது நரகம்...?

ப: ரம்பை-மேனகையாகட்டும், ரவா-கேசரியாகட்டும், தானாய் வந்தால் சொர்க்கம்... திணிக்கப்பட்டால் நரகம்...!

கே: நாய் வித்த காசு குரைக்குமா...?

ப: குறைச்ச விலைக்கு வித்தா குரைக்கும்... கையையும் கடிக்கும்...!

கே: உங்கள் மீது யாராவது 'ஷூவை' எறிந்தால் எப்படி சமாளிப்பீர்கள்...?

ப: ஏதாவது 'சாக்ஸ்' சொல்லி சமாளிப்பேன்...!

கே: எது சுகமான சுமை...?

ப: உறங்கும்போது உடம்பு...?

கே: ஸ்லிம்மான தமன்னா, கொழுக் மொழுக் நமீதா இருவரில் யாரை உங்களுக்குப் பிடிக்கும்...?

ப: 'நமதமீன்னா...'!

7. 'Holy Day' கொண்டாட்டம்!

கே: I.P.L. கிரிகெட் மேட்சுகளில் கவர்ச்சி நடனமாடும் இளம் பெண்கள்...?

ப: அவர்கள் ஆடையும் 2020 ஆக இருக்க வேண்டுமா...? கிரிகெட் பாஷையில் Extra Coverச்சி...!

கே: உங்களின் சொத்து மதிப்பு...?

ப: அவ(மனைவி) மதிப்பு...

கே: கிரேசியாருக்கு 'விரதம், கிரதம்' இருக்கும் பழக்கமுண்டா...?

ப: 'விரதம்' இருக்க ஜாக் 'கிரதம்' வேண்டும்...

கே: உங்களைப் பொறுத்த வரையில் எது 'பிரசாதம்...?'

ப: சினிமா, நாடகத்தில் சம்பாதிப்பதோடு ஒப்பிடுகையில், பத்திரிகைகளுக்கு எழுதி வரும் சன்மானம், கம்மியாக இருந்தாலும் அது ஆத்ம திருப்தியைத் தரும் ஆண்டவனின் பிரசாதம் போல... Pressசாதம்...!

கே: 'கொடாக்-கண்டன்' 'விடாக்-

கண்டன்' என்றால் யார்...?

ப: உயிரைக் 'கொடாக்-கண்டன்' மார்க்கண்டேயன்... உயிரை வாங்காமல் 'விடாக் கண்டன்' எமன்... 'கொடாக் கண்டனை' விட்டுக் கொடுக்காமல், 'விடாக்-கண்டனின்' உயிரை வாங்கியவன் 'விடக்-கண்டன்' திருநீலகண்டன்...

கே: மனைவி 'ஹோம்-மேக்கர்' என்றால் கணவன்...?

ப: வேடிக்கை பார்க்கும் 'வாட்ச்-மேன்...!'

கே: மூக்கும் முழியுமா மட்டும் இருந்தா எப்படி சார் அழகா இருக்க முடியும்...?

ப: கிட்ட வாங்க ... காதும் காதும் வச்சா மாதிரி சொல்றேன்... உங்களுக்கு வாய் ரொம்ப ஜாஸ்தி...!

கே: 'நான்' என்னும் அகந்தை மனிதனுக்கு எப்போது ஆரம்பமாகிறது...?

ப: தொப்புள் கொடி கட்டிப் பறக்கும் போதே, ஸாரி பிறக்கும் போதே ஆரம்பமாகி விடுகிறது... இந்த தொப்புள் கொடிப் பழக்கம் சுடுகாட்டுப் படி வரைக்கும்...

கே: கிரேசி தாங்கள் மூக்கு முட்ட சாப்பிடும் அயிட்டம் எது...?

ப: தண்ணீர்... தாகத்தில் அவசரமாகக் குடிக்கும் போது டம்பளரில் உள்ள தண்ணீர் தளும்பி மூக்கை முட்டும்... குட்றார்றா மூக்கு முட்ட மூக்கு முட்ட...!

கே: மழை பெய்தால் நாய்க்கு குடை பிடிக்கத் தெரியாது... அப்புறம் 'நாய்க்-குடை' என்ற பெயர் எதனால் வந்தது...?

ப: இரவில் வேரை நீட்டி அக்கடா என்று படுக்கத் தெரியாது, அம்போ என்று நிற்கும் மரத்துக்கு 'தூங்கு-மூஞ்சி' மரம் என்ற பெயர் எதனால் வந்தது...!

கே: மாமனார் வீட்டோடு தங்கி இருக்கும் மாப்பிள்ளை... மாப்பிள்ளை வீட்டோடு தங்கி இருக்கும் மாமனார்... இருவரில் யார் கில்லேடி...?

ப: தான் மாமனார் ஆகும் வரையில் தன் மாமனார் வீட்டில் தங்கி விட்டு, மாமனார் மண்டையைப் போட்ட பின் தன் மாப்பிள்ளை வீட்டில் போய் அவன் மாமனார் ஆகும் வரையில், தங்கும் மாமனாரான மாப்பிள்ளை கில்லேடி நம்பர் 1....

கே: நாடகம் தெரியும்... அது என்ன கபடநாடகம்...?

ப: மேக்கப் போட்டுக் கொண்டு நடிப்பது நாடகம்... எதையாவது Makeக்க பண்ண நடிப்பது கபட நாடகம்...

கே: Girl Friendக்கும், Wifeக்கும் என்ன வேறுபாடு...?

ப: வீதி வரை Girl Friend... வீடு வரை Wife.....

கே: சாப்பாட்டு விஷயத்தில் தாங்கள் ரொம்ப 'கான்ஷியஸா...?'

ப: பார்த்தால் பசி தீரும் அளவுக்கு கம்மியாகத்தான் சாப்பிடுவேன்... யானைப் பசியாக இருந்தாலும் சோளப்

பொரி அளவுதான் சாப்பிடுவேன்... 'பாப்கார்ன்ஷியஸ்...'

கே: எதைத் திருடினால் தப் பில்லை...?

ப: இரும்பு... அதுவே சொல்கிறதே 'ஸ்டீல்' என்று....!

கே: அந்தக் காலத்தில் அரசர்கள் ஹாலிடேக்களை எப்படிக் கொண் டாடியிருப்பார்கள்...?

ப: கோயில் கட்டுவது, குளம் வெட்டுவது என்று Holy Dayக்களாக கொண்டாடினார்கள்...

கே: ஷீரடி சென்று பாபாவை தரிசித்ததுண்டா...?

ப: ஹேமபந்த் அவர்கள் மராட்டியில் எழுதி, சொக்கலிங்கம் சுப்ரமணியன் அவர்களால் தமிழாக்கம் செய்யப்பட்ட 'ஸ்ரீ சாயி சத் சரித்திரத்தில்' ஓரடி படிக்க ஷீரடி நாதரின் நேரடி தரிசனம்...

கே: எது காலத்தின் கட்டாயம்...?

ப: காலம், நமக்கு நாமே போட்டுக் கொண்ட ஒரு கட்டாயக் கோலம்... 'அவன்' வைத்த, நமக்கு வாய்த்த புள்ளியில் போட்டால் கோலம்... விலகிப் போனால் அலங்கோலம்...!

கே: ஸ்ருதி மாதா, லயம் பிதா என்றால் Bhaaவம் என்ன உறவு...?

ப: மனைவி... மனைவி வந்த பிறகு மாதாபிதாவை மறப்பது அகம்பாவம்...

கே: நீங்கள் உண்டு என்கிற ஆஸ்திகரா, அல்லது இல்லை என்கிற நாஸ்திகரா...?

ப: உண்டு இல்லை என சிரிக்க வைக்கும் 'ஹாஸ்திகன்...!'

கே: புது கார், புது மனைவி... ஒப்பிடுக...?

ப: புது காருக்கு நாம் ஓனர்... புது மனைவிக்கு டிரைவர்....!

கே: தாய்க்குப் பின் தாரம்.... தந்தைக்குப் பின்...?

ப: அவர் விட்டுச் சென்ற தரம்....

கே: எது நம்பிக்கை... எது மூட நம்பிக்கை...?

ப: அதிர்ஷ்டம் கதவைத் தட்டும் என்று காத்திருப்பது நம்பிக்கை... எங்கே அதிர்ஷ்டம் தட்டி விட்டுப் போய் விடுமோ என்ற அவநம்பிக்கையில் கதவை மூடாமல் திறந்தே வைப்பது மூடநம்பிக்கை... அப்புறம் அதிர்ஷ்டம் திருடனுக்குத்தான்....!

கே: தலையில் தேன் தடவிக் கொண்டால் வெள்ளை முடி வருமாமே...?

ப: சனிநீராடலுக்கு பதில் ஹனி நீராடல் செய்து விட்டீர்கள் போலி

ருக்கிறது... பரிகாரமாக ஹனீஸ் வரருக்கு வேண்டிக் கொண்டு முடிப் பிரதட்ஷணம் செய்யுங்க... முடிந் தால் வெள்ளைக்கிழமை ஸாரி வெள்ளிக்கிழமையில் செய்யுங்க... வெள்ளை முடி போய் இல்லை முடி ஆகிவிடும்... வழுக்கைக்கு என்ன கறுப்பா வெளுப்பா....!

கே: பெண்ணின் அழகை 'கிளி மாதிரி' என்று சொல்லிப் புகழ்கி றோம்... கிளி மாதிரி மூக்கு உள்ள பெண்ணை எவன் கட்டிப்பான் சார்...?

ப: சொன்னதையே திருப்பித் திருப்பிச் சொல்லும் சம்சாரம் பேச்சுக்கு தலையாட்டுற நாம என்ன மாதிரி அழகு...!

கே: 'மனைவி பேச்சைக் கேட்டு நடந்தால் வாழ்க்கை மகிழ்ச்சியாக இருக்கும்' என்று நீதிபதி மார்கண் டேய கட்ஜு கூறியுள்ளாரே..?

ப: மனைவி என்றும் பதினாறாக இருந்தால் நாம் மார்கண்டேயராக மகிழ்ச்சியாக இருக்கலாம்...!

கே: கர்னாடகப் பாடல்களில் தங்க ளைக் கவர்ந்த பாடல்...?

ப: நடந்தாய் வாழி காவேரி...

கே: மீண்டும் குழந்தையாய் மாறுவதற்கான வாய்ப்புகள் உண்டா சார்...?

ப: உண்டு... கிழமாகும் வரை உயி ரோடு காத்திருங்கள்...!

கே: ஒப்பிடுக... புத்தகம் படிப்பது... புத்தகம் எழுதுவது...?

ப: எம் அனுபவத்தில்... புத்தகம் படிப்பது யாம்... புத்தகம் எழுதுவது 'யாமொன்றும் அறியேன் பராபரமே...'

கே: ஊசியின் துளையை ஏன் 'காது' என்கிறோம்...?

ப: 'நூல்' நுழைவதால்...!

கே: என்னதான் செல்லமாக இருந் தாலும் கணவனை மனைவி 'வாடா' 'போடா' என்று கூப்பிடுவது சரியா...?

ப: பேரைச் சொல்லி கூப்பிட்டால் கணவனுக்கு ஆயுசு கம்மி என்பதால் 'வாடாபோடா' என்று உயிரை வாங்குகி றாள் போலிருக்கிறது...

கே: பெண்கள் அணிய வேண்டிய நகை 'புன்னகை...' அணியக் கூடாத நகை...?

ப: சூர்ப்பநகை...!

கே: எது இன்ப அதிர்ச்சி...?

ப: காதலியிடமிருந்து Vibratory Modeல் வரும் 'ஐ லவ் யூ' மெஸேஜ்....

8. கர்வம் வராமல் இருக்க!

கே: காமத்தின் பிறப்பிடம் எது...?

ப: பெங்களூர்.... அங்குதான்

கே: வறுமையை ஜெயித்து விட்டால் வாழ்க்கையை ஜெயித்து விட்ட மாதிரிதானே...?

ப: மாதிரிதான்...! வறுமையைத் தோற்கடித்தால் கூட போதாது... அதை ஒரேடியாக ஒழித்துக் கட்டுவதே உருப்படியான ஜெயம்... சம்பாத்தியத்திற்கும் வறுமைக்கும் சம்பந்தமே கிடையாது... கண்ணனின் நட்பை சம்பாதித்த ஆண்டி குசேலன் வறுமையை வென்றான்... மாறாக அரசன் துரியோதனன் கண்ணனின் வெறுப்பை சம்பாதித்து வாழ்க்கையில் தோற்றான்... வரிகளில் வறுமை இருந்தாலும், திருக்குறள் போல நிறைவாக வாழ்வோம்....

'ஹோட்டல்-காமத்' ஆரம்பிக்கப் பட்டது...!

கே: பெண்ணுக்கு அழகு மூக்குத் தியா? இல்லை கால்கொலுசா...?

ப: ராவணன் சீதையைக் கவர்ந்து சென்ற போது, அன்னை அடையாளமாக தனது ஆபரணங்களை வீசி எறிந்தாள்... அதில் லஷ்மணனால் அடையாளம் கண்டுபிடிக்க முடிந்தது, அண்ணியின் கால்கொலுசு ஒன்றைத்தான்.... ஆக ஆணுக்குக்கு அழகு அடுத்தவன் மனைவியின் கால்கொலுசை மட்டுமே பார்ப்பது....

கே: வெங்காய சாம்பார் சாதத்திற்கு தொட்டுக் கொள்ள, உருளை கிழங்கு கறியா, தயிர் பச்சடியா, அப்பளாமா, சிப்ஸா... எது உசத்தி...?

ப: தொட்டுக் கொள்ள உசத்தி, சுவையாக சமைத்த மனைவி...!

கே: தங்கள் காலில் விழுந்து யாரெல்லாம் ஆசீர்வாதம் வாங்கி யிருக்கிறார்கள்...?

ப: அந்த வயத்தெரிச்சலை ஏன் கேக்கறீங்க... தடுக்கி விழுந்தால் கூட குறி பார்த்து தள்ளித்தான் விழுகிறார் கள்... என் காலுக்கு அப்படி ஒரு தலை யெழுத்து....!

கே: கிரேசிக்குப் பிடித்த வாகனம்...?

ப: அரியை ஆழ்வார்கள் நாலாயிரத் துக்குள் அடக்கிய ஆவாகனம்...

கே: இன்றைய இளைஞர்களிடம் அறிவுரை கூறினால் கிண்டலடிக்கி றார்களே... என்ன செய்வது....?

ப: அன்றைய இளைஞர்களிடம் அறிவுரை கேளுங்களேன்...!

கே: வெளுத்ததெல்லாம் பால் என்று நம்பலாமா....?

ப: கறுத்ததெல்லாம் கண்ணன் என்று நம்புங்கள்...

கே: எது உயர்ந்த கருணை...?

ப: கிழங்குக்குக் காட்டும் கருணை...

கே: துன்பம் எப்போது தொடர் கதையாகிறது...?

ப: சேர்த்து வைத்துப் படிக்கும் போது...!

கே: சரித்திரத்தில் இடம் பெற என்ன செய்ய வேண்டும்...?

ப: பூகோளத்துக்கு உங்களைத் தெரிந்திருக்க வேண்டும்... அழகிப் போட்டியில் வென்ற 'பூகோள-ரம்பையாகவோ' அல்லது அறுவைப் போட்டியில் வென்ற 'பூகோள-ரம்பனாகவோ' இருக்க வேண்டும்...

கே: டிவியில் 'சிறிய இடைவேளைக்குப் பிறகு தொடரும்' என்று அறிவித்ததும் நீங்கள் என்ன செய்வீர்கள்...?

ப: எங்கிருந்தாலும் ஓடி வந்து விளம்பரங்களைப் பார்ப்பேன்...!

கே: மல்லிகைப் பூவுக்கு மட்டும் ஏன் தனி அட்ராக்ஷன்...?

ப: கடவுளை யோசித்தபடி மல்லியை வாங்கினால், மனதில் பக்தி மணம் கமழ ஆசுவாசம் வீசும்... மனைவியை யோசித்தபடி வாங்கினால், இல்லற விஸ்வாசம் வீசும்... காதலியை யோசித்தபடி வாங்கினால், அவளின் சுவாசம் வீசும்... ஒன்றுமே யோசிக்காமல் வாங்கினால், சாவாசமாய் வீசும்... இப்படி யோசனைக்கு ஏற்ற வாசனை மல்லிகைப் பூவுக்குத்தான் உண்டு...

கே: திருமணத்திற்கு முன்பு நீங்கள் L.B.W வில் (Love Before Wedding) அவுட் ஆனதுண்டா...?

ப: திருமணத்திற்கு முன்பு நான் Twelth Man... இப்போ Third Umpire... மற்றவர்கள் காதலிப்பதை வேடிக்கைப் பார்த்துக் கொண்டிருக்கிறேன்...!

கே: தமிழில் பெரியவர்களுக்கு சின்ன 'ர' போடுகிறோம்... சிறுவர்களுக்கு பெரிய'ற' போடுகிறோம்... இது என்ன நியாயம்...?

ப: அப்படிப் பார்த்தால் கேள்விக்கு அழுத்தமா'ள்' போடுகிறோம்... மாஞ்சு மாஞ்சு சொல்லும் பதிலுக்கு லேசா'ல்'

கே: வைணவர்கள் ஏன் சபரி மலைக்குச் செல்வதில்லை...?

ப: யார் சொன்னது... என்னையும் சேர்த்து நிறைய பேர் போகிறார்கள்... இன்னும் சொல்லப் போனால், சபரி மலைக்கு முதன் முதலில் சென்றதே ஒரு வைணவர்தான்... மகாவிஷ்ணுவின் அம்சமான ஸ்ரீராமன்... அவருக்குப் பிறகுதான், அவருக்குப் பிறந்த அரிஹரன் சென்றார்... சபரி மலை செல்லும் பக்தர்களின் தேசிய கீதமான, வீரமணி சாரின் 'பள்ளிக் கட்டு' பாடலில் 'பார்த்த சாரதியின் மைந்தனே உனைப் பார்க்க வேண்டியே தவமிருந்தோம்' வரிகளை மறந்து விட்டீர்களா... சாஸ்தாவானவர் சர்வ மதத்திற்கும் தோஸ்தானவர்...

கே: 'மாது பாலாஜி' உங்கள் சொந்த தம்பியா...?

ப: ஒண்ணு விட்ட தம்பி... எங்கப்பா அம்மாக்கு, முதலில் பிறந்தது நான், அதன் பிறகு என் தங்கை லீலா, அதற்குப் பிறகு அதாவது 'ஒண்ணு விட்டுப்' பிறந்த தம்பி 'மாது-பாலாஜி...' அதுவும் தவிர சின்ன வய', ஒண்ணு, ரெண்டு, மூணு சொல்லச் சொன்னா, பாலாஜி ஒண்ணை விட்டுவிட்டு ரெண்டு, மூணு, நாலு என்றுதான் எண்ணுவான்... அதனாலயும் அவன் ஒண்ணு விட்ட தம்பி.... இப்போ, எனக்காக ஒண்ணும் விட்டுக் கொடுக்காத ஒண்ணு விட்ட சொந்த தம்பி 'மாது-பாலாஜி...'

போடுகிறோம்.... சோ, திருப்பூர் கிருஷ்ணன், அரசு, மதன், அந்துமணி சார்பாக அடியேன் கேட்கிறேன் இது மட்டும் சரியா...? நீங்களே நியாயத் 'தராசு'ல வச்சு பாருங்க...!

கே: திருமணங்கள் 'சொர்க்கத்தில்' முடிவாகிறது... விவாகரத்து எங்கு முடிவாகிறது...?

ப: முடிவில்லாத 'தர்க்கத்தில்' முடிவாகிறது...

கே: தொலைந்து போனதுண்டா...?

ப: தினமும் தூக்கத்தில் தொலைந்துதான் போகிறோம்... எழுப்பித் தொலைத்து விடுகிறார்களே...!

கே: விதியை மதியால் வெல்ல முடியுமா...?

ப: மதியின் வளர்-பிறையில், விதி தோற்கும்... மதியின் தேய்-பிறையில், விதி ஜெயிக்கும்... பதி-பசு-பாசம் என்பார் திருமூலர்... இதில் மதிதான் பசு, பாசம்தான் விதி... எப்போதும் பௌர்ணமியாக இருக்க, பதியை நம்புங்கள்...

கே: 'கர்வம்' தலைக்கு ஏறாமல் இருக்க என்ன செய்ய வேண்டும்...?

ப: தலையைப் பிய்த்துக் கொண்டாவது சொட்டை ஆகுங்கள்... வழுக்கைத் தலையில் 'கர்வம்' ஏற கஷ்டப்படும்...!

கே: மனம் திறந்து சொல்லுங்கள்... உங்கள் மனம் கவர்ந்த பெண் ஒருத்தி இருப்பாள்... யார் அவள்...?

ப: 'அவள் விகடி...!'

கே: 'எள்' என்றால் 'எண்ணெயாய்' நிற்பவனை வேலைக்கு வைத்துக் கொள்ளலாமா...?

ப: 'எண்ணெய்' என்றால் 'சிப்ஸா'க நிற்பவனை வைத்துக் கொள்ளுங்கள்...!

கே: வரவர செல்ஃபோனை பாத்ரூம் போகும்போது கூட எடுத்துக்கிட்டு போறாங்களே கிரேஸி...?

ப: 'நேச்சர்ஸ்கால்' வந்தா அடெண்ட் பண்ண எடுத்துகிட்டு போறாங்களோ என்னவோ...!

கே: வாழ்க்கையின் கூட்டல், கழித்தல், பெருக்கல், வகுத்தல் எது...?

ப: வீடு வரை கூடியது... வீதி வரை பொழுதைக் கழித்தது... காடு வரை காசு பெருக்கியது... கடைசி வரை கடவுள் வகுத்தது...!

கே: காதலியின் முத்தம், குழந்தையின் முத்தம் ஒப்பிடுக...?

ப: காதலியின் முத்தம் 'Wine...' குழந்தையின் முத்தம் 'Divine...!'

கே: கல்யாணம் என்பது ஆயிரங் காலத்து பயிர்... காதல் என்பது...?

ப: கல் தோன்றி முன் தோன்றா காலத்து ஆப்பிள்... பசிக்குப் பயிர்... ருசிக்கு ஆப்பிள்...!

9. 'விண்டோ ஷாப்பிங்!'

கே: முகத்தால் 360 டிகிரி சுழல முடிந்தால்...?

ப: முகத்தின் அழகை முதுகுக்குக் காட்டலாம்... முகத்தைக் காட்டியபடி வீரமாக புறமுதுகிட்டு ஓடலாம்... ஷர்ட்டை மாற்றிப் போட்டுக் கொண்டு விட்டாலும், சமாளித்துக் கொள்ளலாம்...

கே: பெண்களின் கண்களை 'கயல்' என்று சொல்வது ஏன்...?

ப: 'கயல்' என்றால் மீன் என்று பொருள்... கடலில் மீனுக்குத் தூண்டில் போடுவார்கள்... தரையில் பெண்களின் விழிமீன் தூண்டில் போடும்... கயலில் மாட்டிக் கொள்வது நம்ம பயல்...!

கே: கவர்ச்சிக்கும், முதிர்ச்சிக்கும் என்ன வித்தியாசம்...?

ப: புத்தநிர்வாணம் முதிர்ச்சி... மந்தநிர்வாணம் கவர்ச்சி...

கே: ஞாபக விஷயத்தில் நீங்கள் எப்படி...?

ப: அதையேன் கேட்கிறீர்கள்... வீட்டுச் சாவியை மறந்து வைத்து விட்டு, அதையும் மறந்து போய் வீட்டைத் தேடிக் கொண்டிருப்பேன்...!

கே: உடல் அங்கங்களில் ஏதேனும் ஒன்றை மட்டும் 'எக்ஸ்டிராவாக' தருவதாக கடவுள் வரம் தந்தால், எந்த உறுப்பைக் கேட்பீர்கள்...?

ப: என்ன கேட்டீங்க...? கொஞ்சம் சத்தமா உரக்க கேளுங்க ப்ளீஸ்...!

கே: சவால் எப்போது சவடால் ஆகிறது...?

ப: திமிராக எதிராளியிடம் 'டா' போட்டு சவால் விட்டால், சவடால் ஆகிவிடும்...!

கே: பெண்களின் கூந்தல், ஆண்களின் தாடி ஒப்பிடுக...?

ப: சிக்கல் சிடுக்கலான கேள்வி... தாடிக்குக் காரணம் கூந்தல்... பெண்களே வேண்டாம் என்று முற்றும் துறந்த முனிவர்களும் தாடி வைத்திருப்பார்கள்... பெண்களால் வேண்டாம் என்று துறக்கப்பட்டு காதல் முற்றுப் பெற்றவர்களும் தாடி வைத்திருப்பார்கள்... முதல் தாடி தவதாஸ்... இரண்டாவது தாடி தேவதாஸ்...

கே: ஜாண் ஏறினா முழம் சறுக்கு துன்னு சொல்றாங்களே... என்ன அர்த்தம் கிரேஸி...?

ப: என்னைக் கேட்டா...? Johnனத் தான் கேக்கணும்...!

கே: எமன் நேரில் தோன்றி உங்களிடம் கேள்வி மேல் கேள்வி கேட்டால் என்ன பதில் சொல்வீர்கள்...?

ப: ஏன்யா... கேள்வி கேட்டு 'உயிரை வாங்கற...'.? என்று பதில் கேள்வி கேட்பேன்...!

கே: பெண், புயல் என்ன ஒத்துமை...?

ப: 'புயலுக்கு முன்னும் அமைதி, பெண்ணுக்கு முன்பும் அமைதி' என்கிறார், மையம் கொண்ட பெண் புயல் மீது மையல் கொண்ட ஆண் பயல்...

கே: வெட்கத்துக்கும், நாணத்துக்கும் என்ன வித்தியாசம்...?

ப: வெட்கம் Shyness....நாணம் Sheness...!

கே: பிறந்த வீட்டுக்கு கொடுப்பதில் பெண்களின் கை 'கருணைக் கிழங்கு தானே...?'

ப: மாமனார், மாமியார், கணவன், குழந்தைகளுக்காக, புகுந்த வீட்டில் காலில் சக்கரம் கட்டிக்கொண்டு ஓடும் 'உருளைக் கிழங்கு...!'

கே: விட்டில்பூச்சியின்வாழ்க்கை...?

ப: எந்த தவமும் செய்யாமல் ஜோதியில் கலக்கும் ஒரே ஜீவ ராசி... வீட்டில் பூச்சிகளான நமக்கு தொட்டில் பழக்கம் சுடுகாடு வரைக்கும்... விட்டில் பழக்கம் விளக்கு வரைக்கும்...!

கே: ஏன் கிரேஸி 'ஸி' தமிழா...?

ப: ' Zee - தமிழ்' இருக்கும்போது ' ஸி - தமிழும் ' இருந்துவிட்டு போகட்டுமே...!

கே: இப்போதும் குழந்தையைத் தொட்டிலில் போட்டுத் தாய்மார்கள் தாலாட்டுப் பாடும் சம்பிரதாயம் இருக்கிறதா...?

ப: சம்பிரதாயம் மாறவில்லை... தாலாட்டு Songதான் மாறி விட்டது... நீலாம்பரியில் 'ரீ-மிக்ஸ்' செய்து 'அட்றாரா நாக்கு மூக்க நாக்கு மூக்க' பாடலை, என் மருமகள் எங்களுக்கு சாமி வரும் அளவுக்குப் பாடினால்தான் என் பேரனுக்கு தூக்கம் வரும்...

கே: 'நான்' என்ற சொல் இல்லா திருந்தால், என்ன ஆகியிருக்கும்...?

ப: 'நான்' இல்லாவிட்டால் நமக்கு

அகங்காரம் மட்டும்தான் போயிருக்கும்... ஆனால் 'Non' இல்லாவிட்டால் வெள்ளைக்காரர்களுக்கு ஆகாரமே போயிருக்கும்... Non இல்லாமல் வெள்ளைக்காரர்கள் எல்லோரும் வெஜிடேரியன் ஆகியிருப்பார்கள்...!

கே: 'குளோனிங்' முறையில் ஒரு குட்டி கிரேஸியை உருவாக்கினால், அதற்கும் ஹாஸ்யம் வருமா...?

ப: இந்த கிரேஸிக்கு ஹாஸ்யம் வந்ததே, குட்டி கிரேஸியாக இருந்த போது கல்கி, தேவன், சாவி, பாக்யம் ராமசாமி போன்ற பணக்காரர்களிட மிருந்து கடனாக இரவலில் ஹாஸ்யத்தைப் பெற்ற 'லோனிங்' முறையில் தான்...

கே: கடைக்கண் பார்வை என்றால் என்ன...?

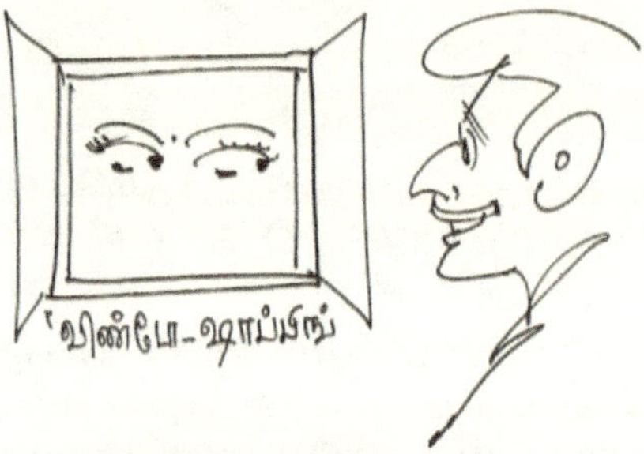

ப: 'விண்டோ-ஷாப்பிங்...!'

கே: மரணத்துக்கு பயப்படாத மனிதன் ஒருத்தனைக் காட்ட முடியுமா...?

ப: நிறைய பேர் உண்டு... ஆனால் அவர்கள் எல்லோரும் ஏற்கெனவே இறந்து போய் விட்டதால் காட்ட முடியாது... மரண பயம் மடியும் வரை தான்... மடிந்த பிறகு ஜனன பயம்...

கே: தர்மம் செய்வது என்பது எப்படி இருக்க வேண்டும்...?

ப: வலது கை கொடுப்பது Right Handக்கே தெரியக்கூடாது... தர்மம் செய்து விட்டு போலீஸிடம் பணம் தொலைந்துபோய் விட்டதாக கம்ப்ளெய்ண்ட் செய்யும் அளவுக்கு செய்த தர்மத்தையே மறந்து போயிருக்க வேண்டும்...

கே: பிரம்மச்சாரியை ஏன் கட்டை பிரம்மச்சாரி என்கிறோம்...?

ப: பிள்ளையாரால்...! அவர்தான் முதல் கொழுக் 'கட்டைபிரம்மச்சாரி...'

கே: நல்ல நட்புக்கு அடையாளம் எது...?

ப: Computer போல நண்பர்கள் Users Friendlyயாக இருக்க வேண்டும்... நண்பனை யாராவது உயர்வாகச் சொன்னால் Delight... தாழ்வாகச் சொன்னால் Delete...

கே: 'சூப்பர்மேனுக்கு' சக்தி போய் விட்டால்...?

ப: திருதிருவென முழித்தபடி வாயில் விரல் 'சூப்பறமேனாகி' விடுவார்...!

கே: பெண்கள் வெட்கப்பட்டால் ரசிக்கும்படி இருக்கும்... ஆண்கள் வெட்கப்பட்டால் எப்படி இருக்கும்...?

ப: யோகாசனம் (அஷ்டகோணலாசனம்) செய்வது போல இருக்கும்...!

கே: காதலுக்கு 'களவியல்' என்று

கே: கண்ணன் குழல் ஊதி பட்டமரமெல்லாம் தளிர்த்தது... புல்லாங் குழல் மட்டும் ஏன் தளிர்க்கவில்லை...?

ப: இது SMS ஸில் வந்த VIP கேள்வி (இரா.முருகன், கமலின் 'உன்னைப் போல் ஒருவனின்' வசன கர்த்தா)... கண்ணனின் கையில் உள்ள புல்லாங் குழல் எதையும் முழுமையாக்க வல்ல Fullலாங் குழல்... புல்லாங் குழலை ஊதி ஊதி, பட்ட மரம் போல கறுப்பாக இருந்த கண்ணனே, பச்சை பசேலென பச்சை மா மலை போல் மேனியாகி விட்டானே...அவனுக்கு போட்டியாக துளிர்க்காமல் சாரி, தளிர்க்காமல் எஜமான விஸ்வாசத்தில் அது 'தேமே' என்று இருந்து விட்டது போலும்...

தலைப்பு கொடுத்ததேன்...?

ப: 'கற்று மறந்தவளால்' என்று புலம்புகிறார் தெருக் கோடி தேவ தாஸ்...!

கே: நடிப்பில் உயர்ந்தவர் கணவனா, மனைவியா...?

ப: கணவன்... இயக்குனர் மனைவி...!

கே: மவுனம் சம்மதமா...?

ப: தட்சிணா மூர்த்தியின் மௌனம் சாஸ்வதம்...

கே: உள்ளங்கை அரித்தால் பணம் வருமா...?

ப: ரொம்ப அரித்தால் ரணம் வரும்...!

கே: பலவீனம்... விளக்கம்...?

ப: பலம் ஈனச் செயலில் ஈடுபட்டால் பலவீனமாகிறது...

கே: ரூபாய் நோட்டில் தவறுதலாக காந்தி தாத்தாவிற்கு பதிலாக கிரேஸி தம்பியை அச்சடித்து விட்டால்...?

ப: கள்ளச் (சிரிப்பு) நோட்டாகி விடும்... என் படம் அச்சடிக்கப் பட்ட ரூபாய் நோட்டை வைத்திருப்ப வர்களுக்கு அரசாங்கம் அதிகமாக 'தமாஷாவரி' போடும்...

கே: துணிச்சல், அசட்டு துணிச்சல் என்ன வேறுபாடு...?

ப: உண்மை பேச வெறும் துணிச்சல் போதும்... பொய் சொல்ல அசட்டுத் துணிச்சல் வேண்டும்...!

10. Newமராலஜி!

கே: ராஜேஷ் வைத்யாவின் வீணை வாசிப்பு...?

ப: நல்லதோர் வீணை செய்தே, அது நலம் பெற நான்முகன் பத்தினி ராஜேஷ் வைத்யாவிடம் கொடுத்து விட்டாள்... வைத்யாவின் கை எதுகை...வீணை மோனை...இணைந்து செயல்படுவது கவிதை...

கே: பயிற்சி அனுபவம் என்ன வேறுபாடு...?

ப: காதல் புரிந்து கொள்ளும் பயிற்சி... கல்யாணம் புரிந்தும் புரியாத அனுபவம்...!

கே: மகாவிஷ்ணு கையில் இருக்கும் சக்கரம், வாழ்க்கை சக்கரம்... ஒப்பிடுக...?

ப: மகாவிஷ்ணுவின் சக்கரம் சுழல்வதற்கு முன்பு சங்கு ஊதப்படும்... வாழ்க்கை சக்கரம் நின்ற பிறகு சங்கு ஊதப்படும்...!

கே: ரத்த அழுத்தத்துக்கும், முத்த அழுத்தத்துக்கும் என்ன சார் வித்தியாசம்...?

ப: ரத்த அழுத்தம் Pressure... முத்த அழுத்தம் Pleasure... ரத்த அழுத்த BPயால... முத்த அழுத்தம் 'பீபீ' யால...!

கே: உங்களுக்குப் பிடித்த B.F (Best Friend)...?

ப: P.F. Provident Friend... சகாய வைப்பு நிதி நட்பு...!

கே: 'பணம் காய்ச்சி மரத்தை' கடவுள் உங்களுக்குக் கொடுத்தால்...?

ப: கைமாத்தா 'சில்லறை காய்ச்சி செடியைக்' கேட்பேன்... முடியாது என்றால் விரும்பும் 'பொருள் காய்ச்சி மரத்தைக்' கேட்பேன்... கடைக்குப் போகும் அலைச்சலைத் தவிர்க்கலாம் இல்லையா...!

கே: ஆணின் வெற்றிக்குப் பின்னால் ஒரு பெண் என்றால்... ஒரு பெண்ணின் வெற்றிக்குப் பின்னால்...?

ப: அந்த ஆணின் தோல்வி... ஆணின் தோல்வியை மறைப்பதில் அந்தப் பெண் வெற்றி காண்கிறாள்...

கே: உங்களுக்கு தூக்கத்தில் நடக்கும் வியாதி இருப்பதாக வைத்துக் கொள்வோம்... எங்கே நடந்து போவீர்கள்....?

ப: தெருத்தெருவாக சுத்த நான் என்ன நடுரோட்டிலா தூங்குகிறேன்...பெட்-ரூமுக்குள் சுத்திசுத்தி வருவேன்... நீங்கள் கேட்க நினைத்தது 'நடக்கும்போது தூங்கும்' வியாதி என்று நினைக்கிறேன்... அப்படி இருந்தால், நடந்தபடி தூங்கிக் கொண்டே பெட்-ரூமுக்கு பழக்க தோஷத்தில் வந்து 'தூங்கியபடி நடக்க' ஆரம்பிப்பேன்....

கே: வம்பை விலை கொடுத்து வாங்கும் வழக்கம் உண்டா...?

ப: குறைந்த விலைக்கு வந்தாலும் தள்ளுபடி செய்து வேறு யார் தலையிலாவது கட்டி விடுவேன்...!

கே: புலிக்குப் பிறந்தது பூனை ஆகுமா...?

ப: ஆக்கலாம்... ப்ரேக் ஃபாஸ்ட்டுக்கு 'டைகர்பிஸ்கெட்டும்' லஞ்சுக்கு 'புலியோதரையும்' போட்டு ஒரு

காட்டுப் புலியை 'உப்புலி' என்று பெயரிட்டு வீட்டுத் திண்ணையில் வளர்த்தால்... அதுக்கு பொறக்கறது என்ன, அந்த புலியே 'மியாவ்' என்று கத்தும் அளவுக்கு நாளாவட்டத்தில் 'பஸிCat' ஆகிவிடும்...

கே: அன்பு எப்போது காதலாகிறது...?

ப: அன்பே சிவம்... அதன் சக்தியே காதல்...விளக்க உரையாக ஒரு வெண்பா...

'சும்மா இருந்த சிவத்தை சிலிர்க்கவைக்கும்
அம்மாஞ் சக்தி அதற்குண்டாம் இம்மா
நிலத்திலதை காதலென்று நீட்டி முழக்குவர்
முளைக்கையில் அன்பு அது மொட்டு...'

கே: டெலிஃபோனில் யாராவது கூப்பிட்டால், 'Hell O' என்று அபசகுனமாக சொல்வதற்கு பதிலாக, சுபமாக எப்படி அழைக்கலாம்...?

ப: 'எதிர் முனையில் பேசும் தாங்கள் 'ஹெவனோ' என்று கேட்கலாம்...!'

கே: கிரேஸி மலை ஏறியதுண்டா...?

ப: எப்படி ஏறப் போகிறேனோ என்று, 'முது(மை) மலைப்' பள்ளத் தாக்கில் நின்று மலைத்து கொண்டிருக்கிறேன்...!

கே: நீங்கள் 'வால்-பையனா...?'

ப: வீட்டுக்குத் 'தலைப்-பையன்...!'

கே: நீங்கள் ஜப்பானில் பிறந்திருந்தால்...?

ப: முதுகில் 'மேட்-இன்-ஜப்பான்' முத்திரை குத்தியிருப்பார்கள்...!

கே: பாட்டியின்-மடி, தாயின்-மடி, மனைவியின்-மடி... ஒப்பிடுக...?

ப: பாட்டியின் மடி ஆசாரமான புலித் தோல்... தாயின் மடி அன்பான பசுத் தோல்... மனைவியின் மடி, புல்லரிக்க வைக்கும் Park Bench... பாட்டியின்-மடி கதை சொல்லும், தாயின்-மடி கதை கேட்கும், மனைவியின்-மடி கதை விடும்...

கே: ஆடை இல்லாத மனிதன் 'பாதி-மனிதன்...' காசு இல்லாத மனிதன்...?

ப: கடன் பாக்கி வைக்கும் 'மீதி-மனிதன்...!'

கே: மனைவி மந்திரி என்றால், கணவன் என்ன...?

ப: மந்திரிக்கப்படுபவன்...!

கே: சாத்தானாக இருக்கும் மனைவியை தேவதை ஆக்குவது எப்படி...?

ப: தேவதையாக இருந்தவளை சாத்தானாக மாற்றியது ஏன்...? எது...? எதற்கு....?

கே: கடவுள் எப்போது கொட்டாவி

விடுவார்...?

ப: மனிதன் சோம்பல் முறிக்கும் போது...!

கே: டார்ஜிலிங்குக்கும், டார்லிங் குக்கும் என்ன சார் வித்தியாசம்...?

ப: டார்ஜிலிங்கில் குளிரும்... கூட டார்லிங் இருந்தால் குளிர் காயலாம்...!

கே: பெரிய்ய்ய்ய்ய... ராமாயண, மகாபாரத இதிகாசக் கதைகளை சிறிய தாக புதுக் கவிதையில் கூற முடியுமா...?

ப: எனக்கு கவிதை கற்றுத் தந்த என் நண்பன் சு.இரவி, கணக்கு வாத்தியார் மகன்... அதனால் 'புதுப்-பழங்-கணக்குக் கவிதையில்' கூறுகி றேன்....

'ஒன்றுக்குப் பத்து ராமாயணம்
அஞ்சுக்கு நூறு
அதாவது
ஒன்றுக்கு இருபது மகாபாரதம்
ஆகவே
ராமாயணம் ஈஸ் டு மகாபாரதம்
ஈஸ் ஈக்வல் டு
One Is To Two....'

கே: திருமதி டி.கே. பட்டம்மாள் அவர்களின் மறைவு குறித்து...?

ப: மேதைகள் மறைவதில்லை... மகாகவி பாரதியாரின் 'மறு-ஒலிபரப்பு' டி.கே. பட்டம்மாள் அவர்கள்... டி.கே. பட்டம்மாள் அவர்களின் 'நேர்முக வர்ணனை' நித்யஸ்ரீ மகாதேவன்... வழிபாட்டுக்குரிய டி.கே. பட்டம்மாள் அவர்கள், நித்யஸ்ரீ மகாதேவனின் பாடும் வாய்-வழிப் பாட்டியாக வாழ்ந்து கொண்டிருப்பார்கள்...

கே: நியூமராலஜிக்கு ஏற்ப நமது பெயரிலுள்ள எழுத்துகளை மாற்றி அமைப்பதால் நமது தலையெழுத்தை மாற்றி விட முடியுமா...?

ப: 'ராமா ராமா' என்று உச்சரிக்கத் தெரியாத வேடனை, 'மராமரா' என்று மாற்றிக் கூறச் சொன்னார் மாமுனி நாரதர்... 'ராமா ராமா'வில் உள்ள எழுத்துகளை மாற்றி அமைத்து 'மரா மரா' என்று ஜபித்த வேடனின் தலை யெழுத்து மாறி, வால்மீகி முனிவ ரானார்... நாரதரின் இந்த 'மரா' லஜிதான் புதிதாக இன்று Newமராலஜியாக நிலவு கிறதோ...

கே: ஏழையின் சிரிப்பில் இறைவன் என்றால், இறைவனின் சிரிப்பில்...?

ப: அந்த ஏழையை சிரிக்க வைத்த வன்...!

கே: ஆண்கள் அளவு பெண்கள் கண்ணடிப்பது இல்லையே கிரேஸி... ஏன்...?

ப: கண்ணடிப்பது MANnerism ... கண்ணடித்தவனை கண்மண் தெரியாமல் கிறங்க அடிப்பது WOMANarism...!

11. 'சுருக்' சிறுகதை!

கே: மிருகங்களுக்கு சிந்திக்கும் ஆற்றல் வந்து விட்டால்...?

ப: ஆபத்துக்கு பாதகமில்லை என்று, பசித்த புலி புல்லைத் தின்று விட்டு, நார்சத்து உடம்புக்கு நல்லது எனக் கூறி சமாளிக்கும்...!

கே: 'சீரியஸாக' குடும்பக் கதையை

வைத்து உங்களால் ஒரு நாடகம் எழுத முடியுமா...?

ப: குடும்பம் என்றாலே அழுது வடியும் 'சீரியஸ்'தான் என்று சொல் லும் அளவுக்கு, உங்கள் மனதை மெகா சீரியல்கள் பாதித்திருக்கிறது... எனக்கு கிரேஸி-சோகனாக இஷ்டமில்லை...!

கே: எப்போதும் நம்மால் உஷாராக இருக்க முடியுமா...?

ப: ஆபத்து வரும் முன் உஷாராக இருப்பது முடியாவிட்டால், அட்லீஸ்ட் வந்த பின் தப்பித்து வேகமாக ஓட 'பி.டி. உஷாராக' இருப்பது உசிதம்...!

கே: வாழ்க்கை என்பது சிறுகதையா இல்லை பல அத்தியாயங்கள் கொண்ட தொடர் கதையா...?

ப: ஒன்றின் மீது ஒன்றாக பல சிறுகதைகள் அடுக்கப்பட்ட Multi Storey சஸ்பென்ஸ் தொடர் கதை... சஸ்பென்ஸ் கதையில் அல்ல; கதையை முடிப்பதில்தான்... எழுத்துச் சுதந்தி ரத்தை நமக்கு அளித்து விட்டு, முற்றும் போட மட்டும் மேல் மாடியில் காத்தி ருக்கும் மகாபெருசு...

கே: கிரேஸி எப்படி... கழுவுற மீன்ல நழுவுற மீனா...? சிக்கிய பிறகு முழிக்கற மீனா...?

ப: நாம் எல்லோருமே 'வாட் டூ யூ மீன்' என்று நழுவுற Selfish மீன்... சிக்கிக் கொண்டால் 'ஐ மீன் வாட் ஐ மீன்' என்று கர்ஜிக்கும் இடிஅமீன்...

கே: கிரேசிக்கு பழமாக சாப்பிடப் பிடிக்குமா...இல்லை ஜூஸ் போட்டு -குடிக்கப் பிடிக்குமா...?

ப: மடக்கென்று ஜூஸை ஒரே மூச்சில் குடித்து முடித்து விடுவோம்... பழமென்றால் நிதானமாக நறுக்கி ஒவ்வொரு சுளையாக சாப்பிடலாம்... பழ விஷயத்தில் நான் கொடுத்த காசுக்கு நிதானமாக சாப்பிடும் 'கஞ்ஜூஸ்...'

கே: நீங்கள் 'மிஸ்டுகால்' கொடுப்பது உண்டா...?

நான்: என் மனைவிக்கு 'Mrs.டுகால்' கொடுப்பது உண்டு...!

கே: மாதா, பிதா, குரு, தெய்வம் வரிசையில் வேறு யாரை சேர்க்கலாம்...?

ப: சேர்ப்பதற்கு இது என்ன Q வரிசையா... பெரியவர்கள் சொல்லி விட்டுப் போன சீர்-வரிசை...

கே: நம் கைகளில் உள்ள ஐந்து விரல்களில் எது முக்கியத்துவம் வாய்ந்தது...?

ப: வில் விடும் ஏகலைவனாக இல்லாமலும் இருக்கலாம்... ஆள் காட்டிப் பிழைக்காமலும் வாழலாம்... பாம்பு விரல் இல்லாமல் போனாலும்,

ஆள் வைத்து குங்குமம், சந்தனம் இட்டு கொள்ளலாம்... மாமனார் கஞ்சனாக இருந்தாலும் மோதிரம் போடாமல் கௌரவமாக காலம் தள்ளலாம்... ஆனால், அரசனாக இருந்தாலும் ஆண்டியாக இருந்தாலும் 'அல்ப சங்கை' (ஒன்பாத்ரூம்) போகாமல் உயிரோடு இருக்க முடியாது... அதற்கு பர்மிஷன் கேட்க பயன்படும் சுண்டு விரலே பிரதானமானது...

கே: கிரேசிக்கும் விளையாட்டிற்கும் எவ்வளவு தூரம்...?

ப: 'Tvக்கும் Sofaக்கும் இடையில் உள்ள தூரம்... வேடிக்கை பார்ப்ப தோடு சரி... அதையும் மீறி விளையாட வற்புறுத்தினால் ஆளை விடுங்கப்பா' என்று விளையாட்டுக்கு கைகூப்பிடு தூரம்...

கே: ஆசை வெட்கம் அறியுமா...?

ப: வெட்கம் ஆசையை அறிவிக் கும்...!

கே: பெரும்பாலும் கைரேகை ஜோஸ்யம் பார்ப்பவர்கள் குமரிகளாக இல்லாமல் கிழவிகளாக இருப்பது ஏன்...?

ப: கடந்தகாலம் அறிந்த கிழங்க ளால்தான், எதிர்கால கப்ஸா விட முடியும்...!

கே: தன்னை இழந்தால் தரணி ஆளலாமா...?

ப: மனிதன் 'தன்'னை இழந்தால், மிஞ்சுவது Money ... Money இருந்தால் தரணி ஆளலாம்...

கே: குருட்டு அதிர்ஷ்டத்தின் மீது உங்களுக்கு நம்பிக்கை உண்டா...

ப: அதிர்ஷ்டம் ஊமை... அதனால் தான் கதவைத் தட்டுகிறது... நாம் செவிடாக இருந்தால், அதிர்ஷ்டம் வந்ததும் கதவைத் தட்டியதும் தெரி யாமல் போய்விடும்... அப்போது அது கண்ணுக்குத் தெரியாத குருட்டு அதிர்ஷ்டமாகி விடும்...

கே: கிரேசிக்கு கடவுளாக மாறும் வாய்ப்பு கிடைத்தால், எந்த கடவுளை தேர்வு செய்வீர்கள்...?

ப: டிராமா, சினிமா, டிவி, கல்கி கேள்வி-பதில் என்று எனக்கு ஒரே சமயத்தில் நான்கு வேலை வாய்ப்பு வரும்... அதை சமாளிக்க 'நான்கு முகம் இருந்தால் நல்லா இருக்குமே' என்று நான் நினைப்பது உண்டு... ஆக, என் தேர்வு, படைக்கும் கடவுள் நான்முகன் பிரம்மன்...

கே: ஒரு லிஃப்ட், நீங்களும் ஒரு கன்னிப் பெண்ணும் தனியாகப் பயணம்... திடீரென்று லிஃப்ட் பழுதாகி நின்று விடுகிறது... தங்களின் செயல்பாடு என்னவாக இருக்கும்...?

ப: 'அம்மா கன்னிப் பொண்ணு தாயே... வழக்கமா நான் படிகளைத்தான் பயன்படுத்துவேன்... லிஃப்ட்ல போறது எனக்கு இதான் கன்னிமுயற்சி... துணைக்கு நீ இருக்கேங்கற தைரியத்துல வந்துட்டேன்... காப்பாத்தும்மா' என்று கதறி அழுது, அவளுக்கு என் பயத்தைக் காட்டி, என் மீது அவளுக்கு வர இருந்த பயத்தைப் போக்குவேன்...

கே: முற்றிலும் ஞானம் அடைந்த குருவை அடையாளம் காண்பது எப்படி...?

ப: குருவும், சீடனும் காந்தமும் இரும்பும் போல... மனத்தில் சேர்ந்த 'துரு' நீங்கினால் காந்த 'குரு' இழுத்துக் கொள்ளும்...

கே: சுருக்கென்று ஒரு சிறு கதை....?

ப: 'சுருக்' கென்று ஊசி போட்டு விட்டு டாக்டர் கேட்டார்

'வலிக்குதா...?'

'இல்லை...'

'இப்ப வலிக்கும் பார்...'

என்று சொல்லி பில்லை நீட்டினார்...!

கே: குளிக்கும் போது தனியாகப் பாடும் பழக்கம் தங்களுக்கு உண்டா...?

ப: எனக்கு எதற்கும் ஆடியன்ஸ் தேவை... குளிக்கும்போது பாடும் ஆசை வந்தால், குளியலை மியூசிக் அகாடமியில் அரங்கேற்றுவேன்... ரசிகர்களை இசை வெள்ளத்தில் நனைய வைப்பேன்...

கே: கிரேசிக்கு கிடைத்த பெருமைக்குரிய 'ட்ரீட்' எது...?

ப: கல்கி கேள்வி -பதில்கள்... இந்த வேடிக்கை Clownக்கு கிடைத்த வைரத்தால் ஜோடித்த Crown... சிரிப்பு முல்லா தலையில் சிறப்புக் குல்லா...

கே: இக்கட்டான நேரத்தில் கை கொடுப்பது கல்கி அறிவா, அனுபவ அறிவா...?

ப: சேங்காலிபுரம் தாமோதர தீட்ஷிதர் சொற்பொழிவில் இந்தக் கேள்விக்கு பதில் கிடைத்தது.... கல்வி அறிவு கற்க நிரப்பிய தலைகாணியில் தூங்குவது... அனுபவ அறிவு கற்கண்டை சாப்பிடுவது...

கே: பக்திக்கு எதிர்ப்பதம் நாத்திகமா... பகுத்தறிவா...?

ப: பக்தி உள்ள பக்தனுக்கு எதிர் எப்போதும் இருக்கும் பதம், பகவானின் பதம்...

கே: சிரித்திர நாயகரே... ஆன்மீகத்தின் வெளிப்பாடு எப்படி இருக்க வேண்டும்...?

ப: உள்பாடு ஓய்வதே உண்மையான ஆன்மீக உணர்வு... அதன் வெளிப்பாடான அமைதி, சிங்கம் புலியைக் கூட 'சார் ஐ லவ் யூ' சொல்ல வைக்கும்...

கே: உங்களுக்கு ஏன் இன்னும் பத்ம'சிரி' பட்டம் கொடுக்கவில்லை...?

ப: ஓரேடியாக பத்ம'விதூஷகன்' கொடுத்து விடலாம் என்று நினைத்து கொண்டுருக்கிறார்களோ என்னமோ...!

கே: மனிதனுக்கு இரண்டு நாக்கு இருந்தால்...?

ப: சாதாரண வார்த்தைகள் கூட 'Tongue Twister' ஆகிவிடும்...!

கே: இருபது ஓவர்கள் கிரிகெட் ஐந்து நாள் கிரிகெட்டை அழித்து விடுமா...?

ப: குஞ்சு மிதிச்சு கோழி சாகுமா...?

கே: காதல் கத்திரிக்காய் என்றால்... கள்ளக் காதல்...?

ப: சோற்றில் மறைக்க முடியாத முழு பூசணிக்காய்...!

12. அன்பின் அட்ரஸ்!

கே: பன்றிக் காய்ச்சலுக்குப் பின், பன்றியைப் பற்றிய தங்கள் அபிப்ராயம் என்ன...?

ப: ஏனமாய் அதாவது வராகமாய் அதாவது பன்றியாய் வந்து அன்று உலகம் காத்த அந்த பகவானிடம், வெண்பா எழுதி வேண்டிக் கொண்டேன்...

'ஏன வடிவெடுத்து ஏந்தி உலகெடுத்து
தீனர்(கு) அருள்புரிந்த தெய்வமேவான
வராகாநீ வைரஸ் வருமுன் தடுத்து
வராதுகா வைகுந்தா வா...'

கே: தாயை மதிக்காமல் ஆலயம் தேடுவோர் பற்றி...?

ப: குற்றாலத்தில் இருந்து கொண்டு குழாய் அடியில் குளிப்பவர்கள்...

கே: காலையில் கையில் பிரஷ்ஷுடன் வாயைத் திறந்தால்... ஆ! தங்கப் பற்கள்..... கிரேசியின் ரியாக்ஷன்...?

ப: முதலில் முளைத்த தங்கப் பற்கள், 32 காரட்தானா என்று தெரிந்து கொள்ள, அவற்றை ஒன்றோடு ஒன்று உரசிப் பார்ப்பேன்... பிறகு தங்கப் பற்கள் தந்த தெய்வத்திற்கு பல்லாண்டு பாடுவேன்... கடைசியில் 'ஆண்டவா... தங்கப் பற்கள் தந்துவிட்டு, ஈறுகளை மட்டும் அப்படியே Gumனு விட்டு விட்டாயே' என்று தங்கப் பல் வாயை துணியால் பொத்திக் கொண்டு Chain Chainனாக(மாலை மாலையாக) அழுவேன்...

கே: கோவிலில் தெய்வம் பேச ஆரம்பித்து விட்டால்...?

ப: கும்பலை சமாளிக்க அவரே 'ஜரகண்டி' சொல்லுவார்.... இதைக் கேட்ட பயபக்தி உள்ளவர்கள் அன்றிலிருந்து கோவிலுக்கு ஒரு கும்பிடு போட்டு விடுவார்கள்...!

கே: ஆதி சப்தம்...?

ப: அந்த(ம்) மௌனம்...!

கே: இரக்கம் காட்டக் கூடாத இடம் எது...?

ப: Common பாத்ரூம்... கியூவில் பின்னால் வருபவர்களுக்கு இரக்கம் காட்டினால், நம் இறக்கம் நம்மைக் காட்டிக் கொடுத்து விடும்... இதுதான் கழிவிரக்கமோ...!

கே: கர்லா-கட்டை சுற்றி, வெயிட்-லிஃப்டிங் செய்து 'முண்டா' ஏற்றியது உண்டா...?

ப: இளமையில் கர்லா-கட்டை சுற்றியது உண்டு.... இப்பெல்லாம் யாராவது கர்லா-கட்டையை தூக்கிக் கொண்டு வந்து வைத்தால், அதை அடிப்

பிரதட்ஷிணமாக சுற்றி வருவேன்... தினமும் 65 கிலோ உடம்பைத் தூக்கிக் கொண்டு நடப்பதுதான் நான் செய்யும் வெயிட்லிஃப்டிங்... சம்பாதிப்பதில் Penny Wise... வெயிட் தூக்குவதில் Pound Foolish...!

கே: ஒரு கிலோ அரிசியில் எத்தனை அரிசி இருக்கும்...?

ப: கலப்படம் போகும் போக்கைப் பார்த்தால், வாங்கிய ஒரு கிலோவில், கல்லு போக ஒரு அரிசி இருந்தாலே நீங்கள் அந்த அரிசியை உங்கள் தலையில் அட்சதையாகப் போட்டு கொள்ளலாம்...

கே: சிரிக்க வைத்தல் இன்பமா... சிரித்தல் இன்பமா...?

ப: சிரிக்க வைத்தல் தொழில்... சிரித்தல் தெய்வம்...!

கே: உங்கள் மூளையை Insure செய்யும் திட்டம் இருக்கிறதா...?

ப: முதலில் Insure செய்ய மூளை இருக்கான்னு Ensure பண்ணிக்கறேன்... மூலைல கொஞ்சமா மூளை இருக்குன்னு சொல்லிட்டாங்கன்னா, அப்புறம் ஷேம் ஷேம் பப்பி ஷேம் ஆயிடும் பாருங்க...

கே: Super Man, Man என்ன வித்தியாசம்...?

ப: ஆகாசத்தில் அனாயாசமாக 'ஆளாய்ப் பறப்பவன்' Super Man.... தரையில் அனாவசியமாக 'ஆலாய்ப் பறப்பவன்' Man...!

கே: பஞ்சபூதங்களில் பிடித்த பூதம் எது...? ஏன்...?

ப: பிடித்த பூதம் காற்று... இந்த பூதத்தை (மூச்சுக் காற்று) பத்திரமாகப் பிடித்து வைக்கா விட்டால், பூதம் போய் நாம் பேய் ஆகிவிடுவோம்....

கே: குட்டிச் சாத்தான் என்பது போல, குட்டிக் கடவுள் இல்லையே...?

ப: தோப்புக் கரணம் போடும்போது நாம் தலையில் குட்டிக் கொள்ளும் விநாயகர், பிரணவத்திற்கு பொருள் கேட்டு பிரம்மன் தலையில் குட்டிய முருகர், இருவருமே பெரிய கடவுள் பெற்ற குட்டிக் கடவுள்கள்...

கே: மனிதனின் உயிர் எப்படிப் பட்டது...?

ப: பிரியமான உயிர் விட்டுப் பிரியப் பட்டது...!

கே: பிரம்மச்சாரி, சம்சாரி... ஒப்பிடுக...?

ப: பிரம்மச்சாரி ஓரமாக நடந்து செல்லும் பாதசாரி... சம்சாரி டிராஃபிக்-ஜாமை சகித்துக் கொண்டு காரில் செல்லும் பரப்பிரம்மச்சாரி....!

கே: நீங்கள் பார்க்க விரும்பும், ஆனால் பார்க்க முடியாத நபர் யார்...?

ப: அவர் ஸாரி அது நபர் அல்ல நம்பர்... பூஜ்ஜியத்துக்குள் ராஜ்ஜியம் ஆளும் Infinity என்ற பலவான அந்த ஒன்றை...!

கே: வாழ்க்கை நாடகத்தில் உங்கள் பாத்திரம் என்ன...?

ப: நடிக்கும் ஆடியன்ஸில் நானும் ஒருவன்...!

கே: கமலின் ஐம்பது வருட திரை யுலக சாதனைக்கு வாழ்த்து தெரிவித் தீர்களா...?

ப: அவருக்கு 'எஸ்.எம்.எஸ்'ல் அனுப்பிய வாழ்த்து வெண்பா...

'ஐந்தில் விளைந்து ஐம்பதிலும் ஓங்கிவுயர்
பைந்தமிழ் பூவே பரமகுடி மைந்தரே
ஆண்டு பலநூறு ஆள்வீர் சினிமாவை
காண்டீபன் வில்லாய் கெலித்து....'

கே: கடவுளுக்கு காய்ச்சலே வராதா...?

ப: கடவுளால் நமக்கு வரும் பிணி பிறவிப்பிணி... அதை போக்கும் வைத்தியனும் அவன்தான்...

கே: அன்பின் அட்ரஸ் அம்மாவா...? மனைவியா...?

ப: பழைய எண் அம்மா... புதிய எண் மனைவி... வீட்டை மாற்றினால்தான் விபரீதம்....

கே: சிவபூஜையில் கரடி, முந்திரிக் கொட்டை... இவற்றில் நீங்கள் எந்த இனம்....?

ப: அடியேன் கரடி அல்ல... தொந் தரவு தராத Teddy Bear... சிவபூஜையில் ருத்திராட்சக் கொட்டை...

கே: வார்த்தை ஜாலம் எங்கு கற்றீர்கள்...?

ப: இந்த கி.வா.ஜா (கிரேஸி வார்த்தை ஜாலம்) கையளவு கற் றேன், 'கி.வா.ஜ'விடமிருந்து...

கே: இறந்தவர்களை காணும் வாய்ப்பு ஒரு முறை கிடைத்தால் யாரைக் காண விரும்புவீர்கள்...?

ப: பூர்வ ஜென்மங்களில் பல முறை இறந்து போன என்னை...!

கே: 'சேலை கட்டிய மாதரை' நம்பாதே என்று ஏன் சொன்னார்கள்...?

ப: சுடிதார், ஜீன்ஸில் பார்க்க ஆசைப்பட்டு...!

கே: சுறுசுறுப்புக்கு சிறந்த மருந்து எது...?

ப: நகைச்சுவை 'தமாஸம்' சாப்பிட, நமது 'தாமஸம்' போயே போச்...! It's Gone..... சிரி போயிந்தி...

கே: அமிர்தம், பழைய சாதம்... எது மிகவும் சுவையானது...?

ப: அளவுக்கு மீறினால் அமிர்தமும் விஷம்... அளவுக்கு மீறினால்தான் பழைய சாதமே...!

கே: ஆடிக்காற்றில் உங்கள் வீட்டு அம்மி பறந்ததா...?

ப: பறப்பதற்கு ஏது அம்மி... அதான் ஆடி தள்ளுபடியில் அம்மியில் அரைத்த காலம் பறந்து போய் கிரைண்டர், மிக்ஸியே வந்து விட்டதே...!

கே: விளம்பரமே இல்லாமல் சீரியல் வருவது போல கனவு கண்டேன்...?

ப: கனவே மனமென்ற ஓட்டுக்குள் புதைந்து கிடக்கும் 'விளாம்பழதாரர்'

நெகிழ்ச்சிதானே...! அடச்சீ... நிகழ்ச்சி தானே...!

கே: பத்து நாட்களுக்கு பேசாமல் இருக்க வேண்டும் என்ற தண்டனையை உங்களுக்குத் தந்தால் என்ன செய்வீர்கள்...?

ப: வேறு வழி... 'பேசாமல்' தண்டனையை ஏற்றுக்கொள்ள வேண்டியதுதான்...

கே: எது உங்களுக்கு பிடித்தது... தயிர் வடை, சாம்பார் வடை, ரச வடை...?

ப: தவடை.... அது பிடித்துக் கொண்டால் எந்த வடையும் சாப்பிட முடியாது...!

கே: மீசை முறுக்குக்கும், சாப்பிடும் முறுக்குக்கும் என்ன வித்தியாசம்...?

ப: வித்தியாசமாக ஒரு ஒற்றுமையைச் சொல்கிறேன்... இரண்டுமே 'கைமுறுக்கு...!'

13. 'மைனஸ்' 'ப்ளஸ்' ஆகும்!

கே: காதலுக்கு கண்ணில்லை... கல்யாணத்துக்கு...?

ப: காதலித்தவளையே கல்யாணம் செய்து கொண்டால், இடுக்கண் இல்லை...!

கே: வருமானம், சன்மானம் இரண்டுக்கும் என்ன வித்தியாசம்...?

ப: உங்கள் கேள்வி எனக்கு வருமானம்... என் பதில் என்னால் முடிந்த சன்மானம்...!

கே: மகிழ்ச்சி, ஆனந்தம் இரண்டுக்கும் உள்ள வித்தியாசம் என்ன...?

ப: ஒன்றால் வருவது மகிழ்ச்சி... ஒன்றுமே இல்லாமல் மலர்வது ஆனந்தம்... 'இதற்காகவா மகிழ்ந்தோம்... அடச்சீ...!' என எண்ண வைப்பது மகிழ்ச்சி... ஆதி அந்தம் அற்றது ஆனந்தம்...

கே: 'கெட்ட நேரத்திலும் ஒரு நல்ல நேரம்' என்பது எது...?

ப: கண் கெட்ட நேரத்தில் சூரிய கிரகணம்...

கே: ஒரு நாளைக்கு எத்தனை முறை பொய் சொல்வீர்கள்...?

ப: ஒரே ஒரு முறைதான்... பின், அதை காப்பாற்றப் பல முறை...!

கே: உள்ளத்திற்கு சர்வரோக வலி நிவாரணி எது...?

ப: உடலுக்கு சாரிடான்... உள்ளத்திற்கு Sorryதான்...!

கே: இரட்டை குதிரை சவாரி செய்பவர்கள்...?

ப: Horse Power உள்ள மனிதர்கள்...!

கே: இன்றைய தேதியில் கலப்படமில்லாத பொருள்...?

ப: நம் பார்வையில் படாத பரம் பொருள்...!

கே: கேள்விக்குறி மட்டும் ஏன் வளைந்து நெளிந்து உள்ளது....?

ப: நேரான பதிலை எதிர்பார்த்து...!

கே: கோழிக்கு மட்டும் பொழுது விடிவது தெரிந்து விடுகிறது... ஆறறிவு படைத்த மனிதன் மட்டும் அலாரம் டைம்பீஸை நம்பியிருக்கிறானே...?

ப: பொழுது விடியும்போது கூவும் கோழி, பிரியாணியாக தன் பொழுது முடியும் போதும் கூவும்... அலாரம் சத்தத்திற்கு எழுந்திருக்கும் மனிதன் அறியாமையில் சாவு மணி சத்தத்திற்கு எழாமல் தூக்கத்தில் ஏமாந்து இறந்து விடுகிறான்... எனக்கென்னவோ இந்த ஆறாவது அறிவு போறாத அறிவு என்றே தோன்றுகிறது...!

கே: எப்பவாவது பழைய காதலி நினைப்பு வருவதுண்டா...?

ப: எப்பவாவது நினைப்பு வந்தால் அது காதலி அல்ல... புத்தி பேதலி...!

கே: ஆசை தோசை அப்பளம் வடை... விளக்கம் ப்ளீஸ்...?

ப: 'என்னை' என்ற எண்ணெயில் ஆசையை தோசையாக வார்க்கிறோம்... பிறகு அழியாதபடி அப்பளமாய் பொரிக்கிறோம்... நிறைவேறாவிட்டால் வடையாய் சுடுகிறோம்... காக்காய் கொத்திக் கொண்டு போக, நரி பாட்டு பாட சொல்ல, நம் கதை முடிகிறது...!

கே: இரண்டு 'மைனஸ்'கள் கணிதத்தில் தவிர வேறு எங்கு 'ப்ளஸ்' ஆகும்...?

ப: 'நான்' என்னும் Myness நம்மிடம் இருந்து Minus ஆனால், சந்தோஷம் Sur'plus...!'

கே: கிராமம், நகரம்... என்ன வேறுபாடு...?

ப: படும் பாடுதான் வேறுபாடு... டென்ஷன் இல்லாத கிராம வாழ்க்கை லேசானது... எப்பொழுதும் அட்டென்ஷனில் இருக்க வேண்டிய நகர வாழ்க்கை பளுவானது... நகரம் நாம் சுமக்கும் கிலோகிராமம்...!

கே: மலர்களில் மணக்கும் மலர் எது...?

ப: ஆண்டாள் சூடிக் கொடுத்த மலர்கள்... ஆண்டவனை மணக்க வைத்தது...!

கே: எந்த பொண்ணை நம்பக் கூடாது.....?

ப: அது தெரியாது... நம்ப

கே: எங்கள் புதுச்சேரி பற்றி ஒரு சின்ன கவிதை ப்ளீஸ்...?

ப: அவ்வை ஷண்முகி இந்தியில் எடுக்கப்பட்டபோது, வசன மொழி மாற்றத்திற்காக எழுத்தாளர் குல்ஸாரை சந்தித்தேன்... தமிழ் வசனங்களை கேட்டு விட்டு அவர், 'மதறாஸிகளுக்கு நல்ல நகைச்சுவை உணர்வு...' என்றார். அது என்னவோ தெரியாது... இந்த மதறாஸிக்கு(அடியேன்) எல்லாமே புதுச்சேரி 'மதர்ஆசி'தான்... கேட்ட கவிதை கீழே...

'அம்மா எனச்சொல்லி சும்மா இருந்திடு
நம்மால் இயன்ற(து) அதுதானே பெம்மான்
அரவிந்தர் அன்னை குரு தெய்வம், வேறு
உறவிந்த வாழ்வில் எதற்கு...'

பொண்ணை நம்பலாம்...!

கே: வாடகை வீடு, சொந்த வீடு என்ன வித்தியாசம்...?

ப: வித்தியாசம் இல்லாமல், ஒற்றுமையாக எல்லோரும் இப்போது வாடகை ஃப்ளாட் அல்லது சொந்த ஃப்ளாட்டில்தான் வசிக்கிறார்கள்... ரியல் எஸ்டேட் போகும் ரேட்டில் சொந்த வீட்டிற்கே வாடகை கொடுக்க வேண்டிய காலமும் வரலாம்....!

கே: 'பட்ட காலிலே படும்' என்று காலை மட்டும் கூறுகிறார்களே, ஏன்...?

ப: தெருவில் நடப்பதற்கு பதிலாக நீந்திப் பாருங்கள்... பட்ட கையிலியே படும்...!

கே: எது அதிர்ஷ்டம்...? எது துரதிர்ஷ்டம்...?

ப: அதிர்ஷ்டம் அடிக்கும்... துரதிர்ஷ்டம் துரத்தி துரத்தி அடிக்கும்...!

கே: ஒரு மனைவி தன் கணவனை எந்த கோலத்தில் மட்டும் பார்ப்பதற்கே விரும்ப மாட்டாள்...?

ப: திருமண கோலத்தில்...!

கே: தேன் எடுத்தவன் புறங்கையை நக்கினால் தப்பா...?

ப: தேன் எடுத்தவன் புறங்கையை நீங்கள் நக்கினால் அது தப்பு மட்டுமல்ல, எச்சிலும் கூட....

கே: 'தோல் இருக்க சுளை முழுங்கி' எவன்...?

ப: எமன்... உடல் இருக்க உயிர் முழுங்கி...!

கே: சொந்தக் குரலில் பாட வேண்டும் என்று எப்போதாவது விபரீதமாக ஆசைப்பட்டதுண்டா...?

ப: எவ்வளவு ஆசைப்பட்டாலும் மற்றவர்களின் குரலில் பாடினால் அது மிமிக்ரி ஆகி விடாதா...! நான் என் சொந்தக் குரலில்தான் பாடுவேன்... நீங்கள் சொன்ன விபரீதம் ஆகாமல் இருக்க, கேட்பவர்கள் இரவல் காதுகளை பயன்படுத்துவது பெட்டர்...!

கே: பென்சில் முதலில் கண்டு பிடிக்

கப்பட்டதா...? ரப்பர் முதலில் கண்டு பிடிக்கப்பட்டதா...?

ப: எழுத்தறிவித்தவன் இறைவன்... பிழையறிவித்தது பிசாசு (Printer's Devil)... முதலில் வந்தது இறைவன்... பின் வந்தது பிசாசு...!

கே: திருவல்லிக்கேணி பார்த்த சாரதி பெருமாள் ஏன் மீசை வைத்துக் கொண்டிருக்கிறார்...?

ப: தன்னுடைய நெருங்கிய தோழன் பாரதியாருக்கு கம்பெனி கொடுக்க...!

கே: ஒரு மாறுதலுக்கு நம் வீடுகளில் மிக்ஸி, கிரைண்டர்களுக்கு பதிலாக உரல், அம்மி, குழவி, உலக்கை வந்தால்...?

ப: கல்லானாலும் கணவர்கள் சார் பாக இதை நான் கடுமையாக ஆட்சே பிக்கிறேன்...!

கே: எந்த ஆங்கில எழுத்தாளருடைய நூல்களை விரும்பிப் படிப்பீர்கள்...?

ப: மார்க் Twine நூல்கள்...!

கே: உண்மை உறங்கும் என்கிறார்களே... அப்ப பொய்...?

ப: பொய் பேந்தப் பேந்த விழிக் கும்...!

கே: கொடுக்கும் தெய்வம் 'கூரையைப்' பிய்த்துக் கொண்டு கொடுக் குமா...?

ப: பாஞ்சாலி மானம் காக்க பிய்க்

கே: அமரர் தென்கச்சி சுவாமினாதர்க்கு உங்கள் அஞ்சலி...?

ப: யாம் அறிந்து இரண்டு கலைவாணிகள் உண்டு.... ஒருவள், ஆய கலைகள் அறுபத்தி நான்கினை ஆளும் நாம் அறிந்த வாணி... இன்னொருத்தி ஹாஸ்ய கலையை மட்டும் அள்ளி வழங்கும் ஆகாச வாணி... இந்த 'ஆஹாஸ்ய வாணியின்' ஒரே வாரிசு 'தினம் ஒரு தகவல்' ஆல் இந்தியா ரேடியோவில் தந்த தென்கச்சியார்.... இவர் வாழ்க்கைக்கு பகைச்சுவையான எதிர்க் கட்சிகளை நகைச்சுவையால் ஆளும் தென்கட்சியார்... படிப்பவர்கள் ரசனை மேம்படும் அளவிற்கு, சிரிப்பின் படம் வரைந்து அதன் பாகங்களைக் காட்டியிருக்கிறார் பேராசிரியர் தென்கச்சியார்... Humour Is the Salt of the Life என்பார்கள்.... வாழ்க்கைக்கு தேவையான உப்பு சிரிப்பு... தென்கச்சியாரின் சிரிப்பு என்கிற இந்த உப்பு அதிகமாக ஆக நம் குறையும்... யாரையும் கரிக்காத இவரது சிரிஉப்பு டயாப்டீஸை போக்க வல்ல இனிப்பு... ஆம், இன்ஸுலின் போல 'இன்-சொலின்' இவரது வைத்தியம்... ஜோஸ்யத்தை நம்புவதை விட கைராசிக்காரரான இந்த டாக்டரின் ஹாஸ்யத்தை நம்பலாம்... இவரது எழுத்தைப் படிப்பது இம்மை சுகம் என்றால், மேடையில் இவர் பேச்சைக் கேட்பது மறுமை மோட்சம்... ஆரோக அவரோகணத்தோடு இவர் நகைச்சுவையாகப் பேசுவதைக் கேட்கும்போது, சங்கீத கச்சேரி கேட்பது போல பரம சௌக்கியமாக இருக்கும்... கேட்கும் ஆடியன்ஸை காமடியன்ஸாக மாற்ற வல்ல ரசவாதி... ஹாஸ்யம், ஹ்யூமர், ஜோக், காமெடி என்று நகைச்சுவைக்கு பல பெயர்கள் உண்டு... பேரைச் சொல்லும் நாம் நகைச்சுவைக்கு ஊரைச் சொல்லப் போனால் அது தென்கச்சியாகத்தான் இருக்கும்.... தமிழ் இலக்கணத்தில் 'உயர்வு-நவிற்சியணி' என்று ஒன்று உண்டு... தென்கச்சியாரின் நகைச்சுவை 'உயர்வு-நகைச்சுவையணி...'

காமல் பேல் பேலாக 'கூறைப்- புடவை களையும்' கொடுக்கும் தெய்வம்...

கே: ஆண்டாளுக்கு கிடைத்த வெற்றி, ராதைக்கு கிடைக்கவில் லையே...?

ப: ஆண்டாள் கண்ணனை வென் றாள்... கண்ணன் ராதையிடம் தோற் றான்...

14. 'ஸ்பெல்லிங் மிஸ்டேக்!'

கே: உங்களுக்கு ஓவியம் வரையத் தெரியுமாமே... எங்களுக்கு ஒரு ஓவியம் வரைந்து காட்ட முடியுமா...?

ப: எனது மாற்றான் தோட்டத்தில் மணம் வீசும் ஓவியர் மணியம் செல்வ னின் தந்தையார் மணியன் அவர்களால் மந்திரிக்கப்பட்டு ஓவியன் ஆனவன் அடியேன்... அனுமன் ஓவியமும் அதற்கான வெண்பாவும் கீழே...

'அனுமந்த ராயா அசகாய சூரா
தினம்உந்தன் பாதம் தொழுவேன்
எனையிந்த
பாழும் மனமென்ற ஆழியைத் தாண்டிட
தோழா கொடுத்திடு தோள்...'

கே: கடவுளைக் காண எளிய வழி...?

ப: பாரமாகச் செல்லும் குறுக்கு வழிகர்ம யோகம்... பரவசத்தில் கண்கள் ஈரமாகச் செல்லும் சுருக்கு வழிபக்தி யோகம்... வீரமாகச் செல்லும் ஞான முறுக்கு வழிஞான யோகம்...

கே: கேட்க முடியாத கேள்விக்கு சொல்ல முடியாத பதில் என்னவோ...?

ப: பிரியா 'விடை...!'

கே: இந்தியா பணக்கார நாடா...? ஏழை நாடா...?

ப: ஏழுமலையான் நாடு... ஆன்மீகச் செல்வமும் அதிகம்...அயல் நாட்டு குபேரனிடம் பட்ட கடனும் அதிகம்...!

கே: முன் காலத்தில் ஊரின் நடுவே கோயில்தான் இருக்கும்... ஆனால் இப்போ ஊரின் நடுவே 'டாஸ்மாக்' கடை இருக்கிறதே...?

ப: 'குடி' இருந்த கோவில்...!

கே: தமிழ் முத்தம்-ஆங்கில முத் தம்... என்ன வித்தியாசம்...?

ப: இப்போது நிலவும் அசுகா தாரத்தில், என்னதான் தெய்வீகக் காதலாக இருந்தாலும் முத்தத்தை சென்ஸார் செய்யுங்கள் ப்ளீஸ்... தமிழ் முத்தம் பன்றிக் காய்ச்சல்... ஆங்கில முத்தம் Swine Flu....

கே: மஞ்சம் தெரியும்... அது என்ன அசமஞ்சம்...?

ப: டபுள்பெட் மஞ்சம்... சிங்கிள் பெட் அசமஞ்சம்...!

கே: 'பெண்மணி' என்ற அடை மொழி பெண்ணுக்கு பெருமை சேர்ப்பது போல், ஆணுக்கு எதுவும் இல்லையே....?

ப: அந்தப் பெண்மணியின் உள்ள 'மணியே' ஆணைக் குறிக்கும் பெயர்தானே...!

கே: உங்களுக்கு நம்பிக்கை இல் லாத பழமொழி எது வாத்தியாரே...?

ப: 'வாத்தியார் புள்ளை மக்கு...!'

கே: உலக மகா கஞ்சன் யார்...?

ப: செலவுக்கு பயந்து காலமான பின்பும் கஞ்சத்தனமாக சுடுகாட்டுக்கு நடந்தே செல்பவன்...!

கே: ஓல்டு ஈஸ் கோல்டு... ந்யூ ஈஸ்...?

ப: ரோல்டு கோல்டு... புதிதாக மின்னுவதெல்லாம் பொன்னல்ல...1

கே: நீங்கள் போஜனப் பிரியரா...?

ப: உங்கள் கேள்விகளுக்கு பதில் 'யோஜனப் பிரியன்...!'

கே: கிரேசிக்கு இப்போது என்ன 'தசை' நடக்கிறது...?

ப: இப்போது என்ன எப்போதும் நடப்பது கால் 'தசைதான்...!'

கே: விரைவில் திருமணம் செய்து கொள்ள இருக்கும் எனக்கு ஒரு 'அட்வைஸ்' ப்ளீஸ்...?

ப: ஆயுள் முழுக்க அட்வைஸ் கேட்டுக் கொண்டிருக்க முடிவு செய்து விட்டீர்... என் அட்வைஸ் எதற்கு விழலுக்கு இறைத்த நீராய்...!

கே: எனக்கு சுத்தமாக கிரிகெட்டும் பிடிக்காது, பரத நாட்டியமும் பிடிக்காது... ஆனால் என் மகன் கிரிகெட் ஆடுகிறான்... என் மகள் பரத நாட்டியம் ஆடுகிறாள்... இது எப்படி...?

ப: தான் ஆடா விட்டாலும் தன் சதை ஆடும் என்பது இதுதான் போலிருக்கிறது...!

கே: ஒரு கல்யாணம் நடக்க ஆயிரம் பொய் சொல்லலாம் என்கிறார்களே...?

ப: அதெல்லாம் அந்தக் காலம்.. இப்போ இருக்கற விலவாசில லட்சம் பொய் கூட சொல்லலாம்...!

கே: பகவத் கீதையின் இரண்டாம் பாகம் (சாங்க்ய யோகம்) கூறும் முக்கியமான கருத்து எது என்று நீங்கள் நினைக்கிறீர்கள்....?

ப: மகாகவி பாரதியாரின் பகவத் கீதை விளக்க உரையைப் படித்து, வெண்பாக்களாக மொழி மாற்றம் செய்ய முயற்சித்து வருகிறேன்... என்னைக் கவர்ந்த கருத்து...

'இல்லாத(து) என்றும்மெய் இல்லை,
இருப்பது
இல்லாத(து) ஆகாது; இவ்வுண்மை
அல்லாது
வேறொன்றும் இல்லையென கூறிடும்
ஞானியர்
சாரம் உணர்தல் சிறப்பு...'

கே: எனக்கு எழுபது வயதாகிறது... என் கனவில் 'தமன்னா' வருகிறார்...?

ப: நியாயமா பாத்தா எழுபது வயசுல 'எமன்னா' வரணும்...! 'தமன்னா' வந்தது, கனவுல ஸ்பெல்லிங்மிஸ் டேக்...!

கே: 'பொய்', 'உவமை' இரண்டுக்கும் என்ன வேறுபாடு...?

ப: உண்மையை விளக்குவது உவமை... உண்மையை ஒளிப்பது பொய்... 'போல' என்பது உவமை... 'போலி' என்பது பொய்... கவிதைக்கு பொய் அழகு.. கவிஞனுக்கு உவமை அழகு...

உவமைக்காக மல்லிப் பூ போல இருக்கும் என சொல்லப்பட்ட இட்லியை, தலையில் சூடிக் கொள்ள முடியாது... ஆனால் மனைவி மல்லிப் பூ போல என்று சொல்லி நம் தலையில் கட்டிய இட்லி ஜல்லிப் பூ போல கல்லாக இருந்தாலும், மனைவிக்காகவும், பசிக் காகவும், நாம் அந்த இட்லியை அல்லது பொய்யை ஜீரணிக்கலாம்...

கே: கிரேஸி சார்... பாம்புக்கு காது இருக்கா...? இல்லையா...?

ப: அது தெரியாது... ஆனா, அரண்ட வன் காதுக்கு உருண்டதெல்லாம் பாம்பு...!

கே: 'புது துடைப்பம் நன்கு பெருக் கும்...' இதன் விளக்கம் என்ன...?

ப: 'விளக்குமாறை' பற்றி விளக்கு மாறு கேட்டால் என்ன சொல்ல...!

கே: அப்செட் ஆகும் சமயத்தில் எப்படி நடந்து கொள்வீர்கள்...?

ப: தலைகீழாக நடந்து கொண்டு Up Seti. Set Up செய்து விடுவேன்...

'அப்செட் வருங்கால் அதனைநீர் செட்டப்பாய்
ஆப்செட் புரிவீர் நகைத்து...'

கே: நான் வாடகை வீட்டிலும் இல்லை, சொந்த வீட்டிலும் இல்லை... அப்படியென்றால் எந்த வீட்டில் உள் ளேன்...?

ப: பாவம் சார் மாமனார்... இந்த தீபாவளிக்காவது அவர் வீட்டை காலி செய்யுங்கள்...!

கே: நீங்கள் ஆம்-சாமியா இல்லை ஆமாம்-சாமியா...?

ப: அடியேன் 'ஆசாமி...' உம்மைப் போல் ஒருவன்...!

கே: அவன் ஒரு 'ட்யூப்லைட்' என்கிறார்களே... என்ன அர்த்தம்...?

ப: இது கூடவா புரியல... சரியான...!

15. நன்றிக் காய்ச்சல்!

கே: சித்திரம் கைப் பழக்கம், செந் தமிழ் நாப் பழக்கம்... நகைச்சுவை...?

ப: நகைச்சுவை பழக்கமல்ல... உண்ணுதல், உறங்குதல் போல உடலுக்கு இயல்பான வழக்கம்... வந்த சிரிப்பை வெளிக்காட்டாமல் இருக்க

சிலர் தங்களை கஷ்டப்படுத்திக் கற்றுக் கொள்ளும் பழக்கம்...

கே: தாங்கள் பிறந்த அன்றே (16.10.1962) தீபாவளி, அதுவும் புரட்டாசி 31ந் தேதியே வந்ததைப் பற்றி...?

நான் அழுதால் தீபாவளி...!

கே: பொன்னியின் செல்வனை சினிமாவாக எடுத்தால், நீங்கள் ஆழ்வார்க்கடியான் வேடத்தில் நடிக்க ஒத்துக் கொள்வீரா...?

ப: வந்தியத் தேவனின் குதிரையாகக் கூட நான் நடிக்கத் தயார் யாரவது எடுங்கப்பா அந்த மூன்றாவது இதிகாசத்தை... வெள்ளைக்காரன் முந்திக் கொள்வதற்குள்...

கே: ஒப்பிடுக கிருஷ்ண ஜெயந்தி, ஸ்ரீராம நவமி...?

ப: தர்மத்தைக் காக்கப் பிறந்தவன் கண்ணன்... தர்மத்தைக் காட்டப் பிறந்தவன் ராமன்...

கே: 'நரகாசுரன்' தீபாவளிப் பண்டிகையின் நாயகனா...? வில்லனா...?

ப: கண்ணனால் 'மோட்சம்' தியேட்டரில் வெளியிடப்பட்ட 'தீபாவளி ரிலீஸ்...!'

கே: ஏட்டு சுரைக்காய் கறிக்கு உதவாது... சரியா...?

ப: யார் சொன்னது... சமையல் கலை புத்தகம் (செந்தமிழில் ஏடு) சுரைக்காய் கறி சமைக்க உதவுமே...!

கே: உண்மை உறங்கும்... அப்ப பொய் தூங்காதா...?

ப: தூங்கும்... ஆனால் அது பொய்த் தூக்கம்...!

கே: நீங்கள் இலக்கியத்தில் குளமா, குட்டையா, ஓடையா, ஆறா, நதியா, அருவியா, மழையா, கடலா...?

ப: கானல் நீரை விட்டுட்டீங்களே...!

கே: மழை சரி... அது என்ன கிரேசி அடை மழை..?

ப: ஐப்'பசிக்கு' 'அடை' மழை...!

கே: **Back Pain** குறைய என்ன வழி....?

ப: Front Gain தொப்பையைக் குறையுங்க...!

கே: நீங்க 'ஹி ஹி'ன்னு பதில் சொல்ல நான் என்ன கேள்வி கேட்க வேண்டும்...?

ப: நீங்க 'She She' யான்னு கேட்டா, இல்லை 'He He'ன்னு பதில் சொல்வேன்... ஹி ஹி...!

கே: தமிழ் நமக்குத் தாய்மொழி... ஆங்கிலம்...?

ப: தமிழ் Mother Tongue.... ஆங்கிலம் Some Other Tongue...!

கே: புலி வாலைப் பிடித்து விட்டால் தப்ப வழியே இல்லையா...?

ப: சரணம் விளிங்க... புலி வால் பிடித்த நீங்கள் புலி மேல் சவாரி செய்யலாம்...

கே: அடிக்கிற கைதான் அணைக்குமா...?

ப: ஆரம்பத்தில் அன்னையின்

அடிக்கிற கை அணைக்கும்... முடிவில், எரியும் உடலை அணைக்கும் வெட்டியானின் கை, விறைத்துக் கொள்ளும் மேனியை கம்பால் அடிக்கும்...

கே: கிரேசியாரே... மனைவிக்கு 'சோப்' போடலாமா...?

ப: நீங்கள் உங்களுக்கு புனை பெயர் வைக்கும்படி வேறு கேட்டிருக்கிறீர்கள்... அதிக கேள்வி கேட்பதால் உங்களுக்கு 'மனைவி' என்ற புனைப் பெயரை வழங்கலாம் என்று முதலில் நினைத்தேன்... மனைவிக்கு 'சோப்' போடலாமா என்றும் கேட்டதால் 'சோப்'ளாங்கி என்று வைத்துக் கொள்ள சிபாரிசு செய்கிறேன்...!

கே: நண்பனின் நண்பன் நமக்கு நண்பன் என்றால்... நண்பனின் எதிரி...?

ப: நம் நண்பனின் எதிரி, நம் எதிரிக்கு எதிரியாக இருந்தால் நமக்கு நண்பனாவான்... SO நம் நண்பனுக்கும் நண்பனாவான்...!

கே: **B.P.** வராமல் இருக்க எது கூடாது...?

ப: ஸால்ட் விஷயத்தில் அஸால்ட்டாக இருக்கக் கூடாது...!

கே: மாதங்களில் நான் மார்கழி என்று கிருஷ்ண பரமாத்மா ஏன் கூறினார்...?

ப: ஆண்டாளின் 'காதலுக்கு மரியாதை...'

கே: புதுச் செருப்பு கடிப்பதேன்...? புது மனைவி இனிப்பதேன்...? (ஒரே வார்த்தையில் பதில் சொல்ல முடியுமா...?)...

ப: 'புதுஸோல்' (செருப்புக்கு Sole, மனவிக்கு Soul)...!

கே: பூனை குறுக்கே போனால் அபசகுனம் என்கிறார்கள்... புலி குறுக்கே போனால்...?

ப: புலிக்கு அபசகுனம்... குறுக்கே போகும் அளவுக்கு புலி குறுகிப் போய் பூனை ஆனால்... நம்ம ஊர் டிராபிக்குக்கு ஆட்டோ, பஸ்ல அடி பட்டு புலி தரையோடு தரையாக புலியோதரை ஆகிவிடும்...

கே: இளமை + தனிமை பயம்=? ('ஐ'அதாவது 'கண்' படும்படி பதில் கூறுங்கள்)...?

ப: பதினாலு வயது இளமையில், பாதாள லிங்க குகை தனிமையில் ('ஐ' அதாவது 'நான்' என்னும் அகந்தை படாதபடி) மரண பயத்தை மைனஸ் ஆக்கிய மகான் ரமண மகரிஷி...

கே: ஒரு இதிகாச ஹைக்கூ சொல்ல முடியுமா...?

'இன்று கிடைத்த
இதிகாசத் தகவல்படி
கும்பகர்ணன், கர்ணன்
இருவரும் பலியானது
நன்றிக் காய்ச்சலால்...'

கே: மருந்து, பத்தியம் இதில் எது முக்கியம்...?

ப: பாவம் வியாதி... பரிகாரம் மருந்து... புண்ணியம் பத்தியம்...!

கே: கதர் ஆடை அணிந்தால் காந்திய வாதியா...?

ப: வெளியே காதி... உள்ளே காrnதி...

கே: கஷ்டப்படாமல் சம்பாதிப்பது எப்படி...?

ப: கஷ்டப்படாமல் கெட்ட பேரைத் தான் சம்பாதிக்கலாம்...!

கே: ஆறு அறிவு கொண்ட மனிதன் ஐந்து அறிவு கொண்ட குதிரையின் மீது பணம் கட்டி ரேஸ் ஆடலாமா...?

ப: நூறு அறிவு இருந்தாலும் ரேஸுக்குப் போவது சிலருக்கு 'புரவி' குணம்...!

கே: பெரியவர்களின் அறிவுரை இளைஞர்களுக்கு அறுவையாக இருப்பது ஏனோ...?

ப: அதை அறுவை சிகிச்சையாக எடுத்து கொள்ளும் இளைஞர்கள் யோக்கியமாகவும், ஆரோக்கியமாகவும் இருப்பார்கள்...!

கே: நிலவில் நிலம் வாங்க அட்வான்ஸ் கொடுத்து விட்டீர்களா...?

ப: நல்ல நாள் 'அம்மாவாசை' அன்று கொடுக்கலாம் என்றிருக்கிறேன்...!

கே: தங்கம், துவரம் பருப்பு இரண்டுமே காஸ்ட்லி அயிட்டங்களாக மாறிவிட்டதே... என்ன ஆகும்...?

ப: சொல்ல முடியாது, போற ரேட்டுல தங்கத்தை விலையில் துவரம் பருப்பு ஓவர்டேக் செய்தால்... அதை சவரன்பருப்பு என்று சொல்லலாம்... வெங்காய சாம்பார் போல தங்காய சாம்பார் பரிமாறப் படலாம்... துவரம் பருப்பு ஸ்டாக் உள்ள மளிகைக் கடைகள் எல்லாம் மாளிகைக் கடைகளாக மாறும்...!

கே: கன்னியின் கடைக் கண் பார்வை, நாணத்தால் காலால் போடும் மணல் கோலம்... இதில் எது கவிதை...?

ப: கடைக் கண் பார்வை மரபுக் கவிதை... மணல் கோலம் புதுக் கவிதை...!

கே: அன்பின் Address என்ன...?

ப: தவறு செய்தாலும் குத்திக் காட்டாத Pin Code...!

16. முத்த மின்சாரம்!

கே: கல்லைக் காலால் இடித்து விட்டு கல் இடித்து விட்டது என்று நாம் சொல்வது ஏன்...?

ப: கல்லின் மீது பழியைப் போடுபவன் Common ஆசாமி... கல்லின் (அகல்யா) பழியைப் போக்குபவன் ராமன் சாமி...

கே: 'வர வர மாமியார் கழுதை போல் ஆனாளாம்...' அப்படீன்னா என்ன அர்த்தம் கிரேசி...?

ப: தூய தமிழில் 'கழு' என்றால் அழகிய என்று அர்த்தம்... அதேபோல 'தை' என்பது பெண்ணைக் குறிக்கும்... ஆக வர வர மாமியார் அகத்தில் அழகிய பெண்மணியாக ஆகிறாள்... இதைப் புரிந்து கொண்ட மருமகளுக்கு வாழ்க்கை கற்பூர வாசனையாக இருக்கும்... புரியவில்லை என்றால் குட்டிச் சுவர்தான்...

கே: நிலையில்லாத நிலையானது எது...?

ப: வானிலை...!

கே: பரமசிவன் வாரிசு முருகர்... முருகரின் வாரிசு...?

ப: பிள்ளைத் தமிழ்...

கே: உப்பைத் தின்னவன் தண்ணீர் குடிப்பான்... தாகம் எடுத்தவன்...?

ப: உப்பை எடுப்பான்... சுதந்திர தாகம் எடுத்தவன் உப்பெடுத்து சத் தியாகிரகம் செய்யவில்லையா...!

கே: அனுமாருக்கும், வினாய கருக்கும் என்ன ஒற்றுமை...?

ப: இருவரில் யாரை வேண்டிக் கொண்டாலும் 'நரனின்'(மனிதனின்) 'ரணத்தைத்' தீர்க்க வானரமும், வாரண மும் ஒற்றுமையாக இணைந்து செயல் படுவார்கள்...

கே: துணிச்சல், அசட்டுத் துணிச்சல் என்ன வேறுபாடு...?

ப: மரணத்தை எண்ணி கலங்காமல் முறையாக வாழ்வது துணிச்சல்... தனக்கு மரணமே கிடையாது என்ற நினைப்பில் தான்தோன்றித் தனமாக வாழ்வது அசட்டு துணிச்சல்...!

கே: எப்போது வெடிப்பீர்கள்...?

ப: நண்பர்களை பற்றி 'திரித்'துச் சொல்லி யாராவது 'பற்ற' வைத்தால்...

கே: கசாப்புக் கடையில் நடக்கும் உயிர்க் கொலைகள் பற்றி...?

ப: கொன்னால் பாவம் தின்னால் போச்சு என்பார்கள்... கொன்றதால் கடைக்காரனுக்கும் வரும் பாவம் நாம் அதைத் தின்றதால் அவனை விட்டுப் போகும்... தின்ற நம்மைத் தொத்திக் கொள்ளும்...

கே: எந்த மாதிரி **Timing Sense Humour**ராக மாறும்...?

ப: ஹ்யூமர் ராமர் போல Cleanனாக இருத்தல் நன்று... டைமிங்ஸென்சை பொறுத்த வரையில், ராமர் வில்லை 'எடுத்தது கண்டனர் இற்றது கேட்டனர் போல, ஹ்யூமர் சொல்லை சொன்னது கேட்டனர் சிரித்தது கண்டனர்' வேகம் வேண்டும்.... நிறுத்தி நிதானமாகச் சொன்னால் சிரிப்பு சமையல் குறிப்பு ஆகி விடும்...!

கே: கமலிடம் நீங்கள் கற்றுக் கொண்டது என்ன...?

ப: கமல் 'விடாமல் கற்றுக் கொண்டி ருக்கும் வாத்தியார்...' நான் அவரிடம் 'கற்றது கமலளவு... கல்லாதது உலக (நாயக) அளவு...'

கே: நீங்க சொல்ல வந்த விஷயத்தை ஆடியன்ஸ் கிட்ட சரியா கொண்டு போய் சேக்கற ஹீரோ யார்...?

ப: இயக்குனர்... சொல்ல வந்த விஷயம் என்னும் Currentஐ, டைரக்டர் என்ற Connecting Wire நல்லபடியாக கொண்டு போய் சேர்த்து Hero Watts Bulbஐ பிரகாசிக்க வைக்கிறார்...!

கே: வாரிசுகள் வளர்ச்சுக்கு இடையில் என்னை மாதிரி சாமானியர்கள் எப்படி பிரகாசிப்பது...?

ப: பாரிச வாயுவைத் தடுக்கலாம்... வாரிசு வளர்ச்சியை தடுக்க முடியாது... தந்தையால் மரபணுக்கள் வழியாக வாரிசுகளுக்கு திறமை தாரை வார்த்துக் கொடுக்கப் படுகிறது...

அது சரி... அப்துல் கலாம், ஆப்ரஹாம் லிங்கன், ரஜினிகாந்த், இளையராஜாக்கள் சாமானியர்களாகப் பிறந்து பிரகாசிக்கவில்லையா...! சுயம்பிரகாசமாக இருங்கள்... முடியா விட்டால் பிரகாசமான வாரிசுகளை உருவாக்கும், தந்தையாக இருந்து பிரகாசியுங்கள்...!

கே: உங்கள் நாடகங்களில் நடிக்க மாணவர்களுக்கு வாய்ப்பு தருவீர்களா...?

ப: எங்கள் 'கிரேசி கிரியேஷன்ஸ்' குழுவில் இருப்பவர்கள் அனைவருமே மாணவர்கள்தான்... Combined Study ஆக முதியோர் கல்வி பயிலும் முப்பதாவது ஆண்டு மாணவர்கள்...!

கே: எந்த விதமான பாடல்களை ரசிப்பீர்கள்...?

ப: கவிதைக்கு திருப்புகழ் 'சந்த விதமான' பாடல்கள்... கர்னாடகம் மெல்லிசைக்கு, எனக்குப் பிடித்த நாதம் M.S. விஸ்வநாதம்...

கே: சினிமா கவர்ச்சியால் இளைஞர்களுக்கு நெகடிவ் பாதிப்பு ஏற்படுமா...?

ப: விளக்குக்கும் திரியுண்டு... வெடி குண்டுக்கும் திரியுண்டு... எதைப் பற்ற வைப்பது என்பதில் இளைஞர்கள் பாஸிடிவ்வாக முதிர்ச்சியோடு இருந்தால் ஏது பாதிப்பு...!

கே: மேடை நாடகம், சினிமா எதில் உங்கள் ஒரிஜினாலிடியை மெய்ன் டெய்ன் செய்ய முடிகிறது...?

ப: நாடகத்தில் நான் குளத்து திமிங்கலம்...சினிமாவில் கடல் மீன்... நாடகத்தை நான் மெய்ன்டெய்ன் செய்கி

கே: மாணவர்களுக்கு உங்கள் அறிவுரை ப்ளீஸ்...?

ப: அறிவு என்ற வாளுக்கு உறையாக இருங்கள்... அறிவு என்ற வாளை உடையவனே அறிவாளி... ரமணராகட்டும், A.R.ரெஹ்மானாகட்டும், பாரதியாராகட்டும், சச்சின் டெண்டூல்கராகட்டும் எல்லோரும் சாதித்தது இளமையில்தான்... இளமையில்தான் பயன்படும் வாளாக இருக்கும்... பயன்படுத்தாமல் போனால், வாள் வளைந்து முதுமையில் பதுங்கும் கேடயமாகி விடும்...இளமையில் வீர வாளாக இருங்கள்... ஓரமாக வாளாவிருந்து விடாதீர்கள்...

கே: பெண்களைப் பொறுத்த வரையில் காதல் என்றால் என்ன...?

ப: நீங்கள் சொன்ன அந்த 'பொறுத்த வரையிலேயே' பதில் இருக்கிறது... ஆண்களைப் பொறுத்த வரையில், 'பொருத்தம் பார்க்கும்' Love At First Sight... பெண்களைப் பொறுத்த வரையில், தான் காதலிக்கும் ஆண் எவ்வளவு தூரம் தன்னைப் 'பொறுத்துக் கொள்வான்' என்பதை சோதித்துப் பார்க்கும், Love At First Fight... ஆணுக்கு காதல் இதயத்தில்... பின்னாள் மனைவியான 'இந்நாள் காதலிக்கு' காதல் கெட்டிக்கார மூளையில்...

றேன்... சினிமா என்னை மெய்ன் டெய்ன் செய்கிறது...!

கே: திறமை யாரிடம் அதிகம்... ஆண்களிடமா...? பெண்களிடமா...?

ப: திறமை என்ற குணத்திற்கு ஆண்-பெண் வித்தியாசம் கிடையாது... ஆனால் அந்த குணம் வெளிப்படுத்தும் மணத்தில் வித்தியாசம் தெரியும்... திறமையைக் காட்டிக் கொள்வது ஆண்களின் திறமை... திறமையை மனசுக்குள் பூட்டிக் கொள்வது பெண்களின் திறவாமை...!

கே: கண்ணாடியைப் பார்க்கும் போது உங்களுக்கு என்ன தோன்றும்...?

ப: கண்ணாடியில் என் பிம்பம் தோன்றும்...!

கே: அரச மரத்தின் கீழ் பிள்ளையார் அமர்ந்திருப்பது ஏன்...?

ப: மேலே உட்கார்ந்தால் அனுமார் ஆகிவிடுவாரே...!

கே: மனைவியிடமிருந்து முத்தங்கள் பெறும்போது உடலில் மின்சார அதிர்வு ஏற்படுகிறது... இதிலிருந்து மின்சாரம் எடுத்து 'பல்புகளை' எரிய வைக்க முடியுமா...?

ப: மிஞ்சி மிஞ்சி போனா பெட்ரூம் லைட்டை எரிய வைக்கலாம்... அதுவும் முத்தம் முடிந்து அணைக்கும் போது அணைந்து விடும்... மேலும் முத்தத்தில் ஈரம் இருப்பதால் 'ஷார்ட்சர்க்யூட்' ஆகும் ஆபத்துண்டு... அப்புறம் முத்தம் கொடுத்த நீங்க மரணத்தை முத்தமிட்டதாகி விடப் போகிறது...!

கே: ஒரு குடும்பமே கிரேசியானால்...?

ப: கூட்டுக் குடும்பமாகக் கொழிக்கும்...!

கே: தங்களின் இந்த உயர்வுக்குக் காரணமானவர்கள் யார்...?

ப: கீழே பிடித்து இழுக்காமல் இருந்த குடும்பத்தினர்...!

கே: பாவ-புண்ணியங்களுக்கு பலன் உண்டா இல்லையா...?

ப: பாவத்திற்கு பலன் உண்டு... புண்ணியத்திற்கு பாவத்தைப் போக்கும் பலம் உண்டு...!

கே: ஒபாமாவுக்கு மகாத்மாவுடன் விருந்துண்ண ஆசை... கிரேசிக்கு...?

ப: மகாத்மாவுடன் சத்தியாகிரக 'உப்பு'மா உண்ண ஆசை...!

17. ரன் முட்டையிடும் வாத்து!

கே: கவிதை அரங்கேறும் நேரம் எது...?

ப: ஒழுங்கான அரங்கேற்றத்திற்கு ஒத்திகை அவசியம்... கவிதைக்கு ஒத்திகை காதலிக்கும் ஒத்திகை... அந்த ஒத்தி நம்பாளாக இருந்தால் காதல் அரங்கேறும்... அம்பாளாக இருந்தால் கருணை அரங்கேறும்...!

கே: முதல் இரவில் மோகம்.. கடைசி இரவில்...?

ப: மோகம் அன்பாகும் அமோகம்...!

கே: பொறுமையாக வாரா வாரம் கேள்விகள் கேட்கும் நாங்கள் தெய்வத்திற்கு சமமானவர்கள்தானே...?

ப: ஆமாம் சாமி... கேள்வி கேட்கும் நீங்கள் என் பதிலுக்கு பிள்ளைாக சுழி போடும் 'வினா'யகர்கள்...!

கே: **'Right'**க்கு எதிர்பதம் **'Left'** ஆ இல்ல **'Wrong'** ஆ...?

ப: தமிழ் 'ரைட்'டை திருப்பிப் போட்டா 'ட்ரை' (Try)... 'மரா மரா' ஜபம் 'ராமா ராமா' ஆவது போல விடாமல் 'ட்ரை' பண்ணால் வெற்றிகரமான 'ரைட்'டாகும்... வீதியில் Keep Left... வாழ்க்கையில் Keep Right...!

கே: கர்ண கொடூரம் என்று சொல்கிறோமே, கர்ணனுக்கும் கொடூரத்திற்கும் என்ன சம்பந்தம்...?

ப: விடுங்க கர்ணன் ஸாரி கண்ணன்... ஏதோ கர்ண பரம்பரையா சொல்லிக்கிட்டு இருக்காங்க...! நீங்க இதையெல்லாம் கர்ணத்துல (சமஸ்கிருதத்துல காது) போட்டுக்காதீங்க...!

கே: உங்களை தூக்கத்திலிருந்து எழுப்புவது யார்...?

ப: என்னைக் கேட்டால்...! என்னைக் கேட்காமல் தூங்கியவனைக் கேளுங்கள்...!

கே: மயிரிழையில் ஆபத்திலிருந்து தப்பியது உண்டா...?

ப: எனக்கு மயிரிழை ஆபத்து கிடையாது... நான் முன்னெச்சரிக்கையான Self Shaving ஆசாமி...!

கே: உங்களுக்குள் இருக்கும் அந்த ஒருவன் யார்...?

ப: உங்களுக்குள் இருக்கும் அதே ஒருவன்தான்... அவன் உங்களுக்குள் இருக்கும் போது கேள்வி கேட்பான்... என்னுள் இருக்கையில் பதில் சொல்லுவான்...!

கே: உங்களுடைய முதல் சம்பளம் எவ்வளவு ரூபாய் என்று கூற முடியுமா...?

ப: சில்லறையாக மாற்றினால், கை நிறைய காசு...!

கே: நகைகள் அணியும் பழக்கம் எப்போது தேன்றியிருக்கும்...?

ப: 'பெண் தோன்றி பொன் தோன்றாக்' காலத்திலேயே ஆரம்பித்து விட்டது...!

கே: அ, ஆ, இ, ஈ என்றால் உங் களுக்கு என்ன ஞாபகம் வரும்..?

ப: அ என்றால் அம்மா... ஆ என்றால் ஆத்துக்காரி... இ என்றால் இல்லாள்... ஈ என்றால் ஈன்றவள்... இப்படி மனைவியும் தாயும்தான் மாறி மாறி ஞாபகத்துக்கு வரும்...!

(ஜெண்ட்ஸ் ஸ்பெஷலுக்கு வேற வரிசை வச்சுருக்கேன்)...!

கே: வரதட்சணை வாங்கி திருமணம் செய்துகொள்ளும் ஆண்களைப் பற்றி என்ன நினைக்கிறீர்கள்...?

ப: Bribe Grooms... அப்படி நடப்பது திருமணம் அல்ல திருட்டு மணம்...!

கே: குல தெய்வம் சிறந்ததா...?. இஷ்ட தெய்வம் சிறந்ததா...?

ப: குலதெய்வம் தாய்... இஷ்ட தெய்வம் மனைவி... குலதெய்வத்திடம் பக்தி... இஷ்ட தெய்வத்திடம் பயம்... இதுதான் பயபக்தி...!

கே: நீங்கள் கிரேசி மோகனாவாகப் பிறந்திருந்தால்...?

ப: 'சாக்லேட் கிருஷ்ணாவுக்கு 'பதில்' 'பிஸ்கெட் பாமா' இல்ல 'ரச குல்லா ருக்மணி' என்று நாடகம் போட்டிருப்பேன்...!'

கே: நயன்தாரா போல் நீ அழகா இருக்கேன்னு என் மனைவியிடம் சொன்னால் கோபப்படுகிறாளே...?

ப: டாப்-டென் தாரா போல் அழகா இருக்கேன்று சொல்லிப் பாருங்க... மிக்கேல்ராஜ் நீங்க 'நினைத்தாலே இனிக்கும்' ப்ருதிவிராஜ் என்பாள்.... பெண்களிடம் வயதை குறைத்துச் சொல்லணும்... அழகைக் கூட்டிச் சொல்லணும்...!

கே: முதலிரவில் மனம் விட்டு பேச வேண்டும் என்கிறார்களே... எதைப் பற்றிப் பேசுவது...?

ப: எதையாவது பேசித் தொலை யுங்கள்... கணவனாக நீங்கள் பேசப் போகும் கடைசி இரவு அதுதான்...!

கே: பண ஆசை அதிகம் உடைய வர்கள் ஆணா அல்லது பெண்ணா...?

ப: ஆண்தான்... 'ஆண்'டவன் புரு ஷோத்தமனுக்கே லஷ்மியிடம்தான் பிரியம் அதிகம்...!

கே: மனைவியின் காலை அமுக்கி விட்டதுண்டா...?

ப: மனைவி சமையல் அறையில் பிஸியாக இருக்கும்போது அவளுக்கு வரும் டெலிபோன் Callஐ அமுக்கி விடுவேன்...!

கே: தலையணை மந்திரம் என்றால் என்ன...?

ப: அது மந்திரம் அல்ல, தத்துவம்... Pillowஸபி...!

கே: சில பெண்கள் தங்கள் ஜடையை முன்னால் போட்டுக் கொள்கிறார்களே... ஏன்...?

ப: 'சவுரி'யத்திற்காக இருக்கலாம்...!

கே: இளகிய மனம் யாருக்கு... ஆண்களுக்கா இல்லை பெண்களுக்கா...?

ப: Eveக்குத்தான் இரக்கம் உண்டு... ஈவிரக்கம்...!

கே: கண்ணும் கண்ணும் கொள்ளையடித்தால்...?

ப: திருட்டு முழி முழிக்கும்...!

கே: நிலவுக்கு ஒரு பெண்ணுடன் உம்மை அனுப்புவதாக இருந்தால், எந்தப் பெண்ணுடன் செல்ல விரும்புவீர்கள்...?

ப: தேன் நிலவுக்கு அழைத்துச் சென்ற அதே பெண்ணுடன்...!

கே: 'ரோஜா-மல்லிகை' இரண்டில் எதற்கு மதிப்பு அதிகம்...?

ப: 'காதல் பூ' ரோஜா... காதலி மனைவியாகி அவளுக்கு 'அல்வா' கொடுக்கும்போது 'காதுல பூ' மல்லிகை...!

கே: சந்திரனில் நிலம் வாங்கி அங்கு குடியேறி கல்யாணம் செய்து கொள்பவர்கள் 'தேன் நிலவுக்கு' எங்க போவாங்க...?

ப: 'Saturn'க்கு போய், 'சனி மூன்' என்று சொல்லிக் கொள்ளலாம்...!

கே: நீங்கள் அரைக்கை சட்டை அணியும்போது அதையும் மடித்து விடுவதின் மர்மம் என்ன...?

ப: வழக்கமாக வாத்தியார் காப்பி அடிக்க விடமாட்டார்... என் விஷயத்தில் 'வாத்யாரைப்' (M.G.R) பார்த்து காப்பி அடிப்பது வழக்கமாகி விட்டது... மர்ம யோகியால் வந்த மர்மம்... இதை நீங்கள் சட்டை செய்யாதீர்கள்...!

கே: விழாக்களில் பேசும்போது 'ஆக்ச்சுவலா பாத்தீங்கன்னா...' என்று ஆரம்பிக்கும் வியாதி தங்களுக்கு எப்போதிலிருந்து வந்தது...?

ப: 'ஆக்ச்சுவலா பாத்தீங்கன்னா...' அது வியாதி அல்ல... குணம்...!

கே: நீங்களும், தீபிகா-படுகோனேவும் நெருக்கமாக **Pose** கொடுப்பது போல **Photo** எடுத்தால் எப்படி இருக்கும்...?

ப: Suppose நீங்க Propose பண்ண Poseல எடுத்தா வீட்டுல Uppose பண்ணுவாங்க... சம்சாரம் என்னை Dispose பண்ணிடுவா... கேள்வியை வாபோஸ் வாங்கிக்குங்க...!

கே: வைரம் போல ஜொலிக்கும் வெள்ளை முடிக்கு சாயம் பூசலாமா...?

ப: கூடாதுதான்... அதனால்தான் நான் 'டை-மண்டை'யாக இருக்கிறேன்...!

கே: 'பொன் முட்டையிடும் வாத்து' எங்கே கிடைக்கும்....?

ப: அது தெரியாது... ஆனால் 'ரன் முட்டையிடும் வாத்து' சச்சின் டெண்டுல்கர் பம்பாயில் கிடைக்கும்... இதில் வேடிக்கை என்னவென்றால் முட்டை, வாத்து இரண்டுக்கும் ஆங்கிலத்தில் Duck என்பார்கள்... ஆனால் இந்த வாத்து Century ஆக போட்டுக் கொண்டிருக்கிறது...!

கே: நதிக்கும், விதிக்கும் என்ன வித்தியாசம்...?

ப: நதி கடலில் சேர்க்கும்... விதி கடவுளில் சேர்க்கும்...!

18. சம்போ மெகா தேவா!

கே: கிரேசி தாடி வைத்தால் எப்படி இருக்கும்...?

ப: வைத்துப் பார்த்தேன்... கோரேந் திர Shaveவாகாக இருந்தது...!

கே: ஆன்மீக நேயம் என்றால் என்ன...? மனித நேயம் என்றால் என்ன...?

ப: ஏழையின் சிரிப்பில் இறைவ னைக் காண்பது ஆன்மீக நேயம்... அந்த ஏழையை சிரிக்க வைப்பது மனித நேயம் மட்டுமல்ல, புனித நியாயமும் கூட...!

கே: கோபத்தில் கூட என் மனைவி அழகாகத் தெரிகிறாளே... ஆச்சரியமா இல்ல கிரேசி...?

ப: மகா ஆச்சரியம்தான்... எப்படி அவள் கோபம் உங்கள் கண்ணை மறைத்தது...?

கே: மௌனம் சம்மதம் என்பது ஒப்புக் கொள்ளக் கூடிய விஷயமா...?

ப: கீதை, பைபிள், குரான் என்று ஒவ்வொரு மதத்திற்கும் ஒரு பாஷை... சர்வ மதத்தையும் இணைக்கும் சம்மத மான மொழி மௌனம்...!

கே: கண்ணை மூடித் திறப்பதற்குள் எந்த வேலையைச் செய்ய முடியும்...?

ப: வான்மீகி முக்கால்வாசி ராமாயணத்தையே எழுதி முடித்து விட்டார். கும்பகர்ணன் கண்ணை மூடித் திறப்பதற்குள்...!

கே: 'Twinkle Twinkle Little Star... How I Wonder What You Are' இதற்கு இணையான Rhyme எது...?

ப: Rhymeஐ மொழி பெயர்ப்பது Crime... இருந்தாலும் நீங்கள் கேட்ட தால், குழந்தைக் கவிஞர் 'அழ. வள்ளியப்பாவின்' அடிகளைத் தொழுது அடியேன் 'சிரி.மோகனின்' சிறிய முயற்சி...

'மினுக்குது மினுக்குது சின்னப் பூ
எனக்கதைப் பார்க்க பிரமிப் பூ
மண்ணுக்கு மேலே வெகு தொலைவில்
விண்ணில் ஜொலிக்குது வைரக் கல்...'

கே: 'சகுனியாக' நடிக்க வாய்ப்பு கிடைத்தால் நடிப்பீர்களா...?

ப: மாட்டேன்... என்ன பந்தயம் கட்டறீங்க...!

கே: கவிதை எழுத என்ன வேண் டும்...?

ப: பணக்காரனாக பணம் வேண் டும்.... அறிவாளியாக அறிவு வேண் டும்... கவிதை எழுத 'கவி' வேண்டும்... 'கவி' என்றால் குரங்கு என்றும் ஒரு பொருள் உண்டு... தன்பாட்டுக்கு ஆடும்

மனக் குரங்கை, நம் பாட்டுக்கு 'தை தை' என்று ஆடவைத்தால் 'கவிதை' பிறக்கும்...!

கே: தங்கத்தின் தனிச் சிறப்பு...?

ப: பித்தாய் அலைய வைக்கும் 'பித்தலை...!'

கே: மைக்-டெஸ்டிங் போது 1 2 3 4 என்று கூறுகிறார்களே... என்ன அர்த்தம்...?

ப: எண்ணும் அளவுக்குக் கூட்டம் கம்மி என்று அர்த்தம்...!

கே: பால்-தாக்ரே, சச்சின் டெண்டுல்கர் ஒப்பிடுக...?

ப: மகாராஷ்டிரத்திற்கு மட்டும் பால்தாக்கரே... அகில உலகத்துக்கும் சச்சின் கிரிக்கெட் Ball-தாக்கறே...!

கே: 'எம தர்மன்' பதவி உங்களுக்கு கிடைத்தால் என்ன செய்வீர்கள்...?

ப: வேலை உயிரை வாங்கிடுமே...! அட அய்யா நீங்கள் சொன்னது போல பதவி திணிக்கப்பட்டால்... எல்லோருக்கும் முதலில் இறப்பு, பிறகு முதுமை தொடர்ந்து இளமை, மழலை என்று சுபமாக பிறப்பில் முடியும் வண்ணம் Orderஐ மாற்றி Order போடுவேன்...!

கே: குளிரை எப்படி சமாளிப்பீர்கள்...?

ப: தமிழ் நாட்டு வாசிகளான நாமெல்லாம் குளிர் விட்டுப் போனவர்கள்... வருடத்தில் ஒரே ஒரு மாதம்தான் 'மார்கழி...' மற்ற மாதங்களெல்லாம் வேர்வை கொட்டும் 'வேர்கழி...' அமெரிக்கா போனபோது நடுங்கும் குளிரில் நான் மட்டும் வெகுளியாக வேர்த்தேன்....!

கே: நடிகர் திலகத்தை 'ஓவர் ஆக்டிங்' என்று சிலர் விமர்சிக்கிறார்களே...?

ப: விமர்சகர்களிடம் சொல்லுங்கள் அவருக்குப் பின் 'ஆக்டிங் ஓவர்' என்று...!

கே: நாடக ஆசிரியர் சோ ஒரு வார்த்தை... அவரைப் பற்றி உங்களின் ஒரு வார்த்தை...?

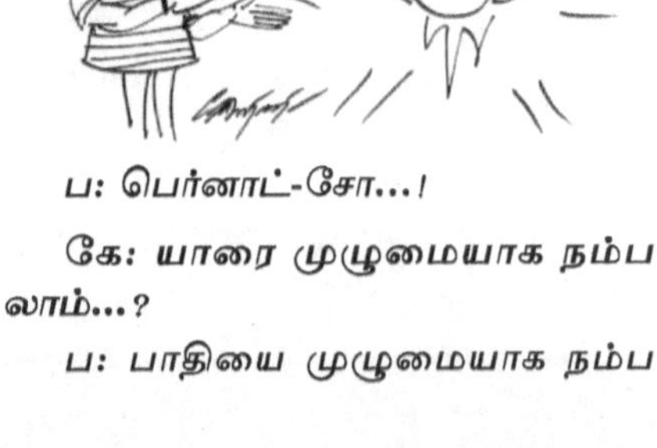

ப: பெர்னாட்-சோ...!

கே: யாரை முழுமையாக நம்பலாம்...?

ப: பாதியை முழுமையாக நம்ப

லாம்... அந்தப் பாதி நமது Better Half...!

கே: நாட்டை 'பட்டணத்தில் பூதம்' போன்று ஒரு பூதம் ஆண்டால் நன்றாக இருக்குமல்லவா...?

ப: 'பட்டணத்தில் பூதம்' படத்தில் வரும் பூதம் 'ஜிபூம்பா' என்ற மந்திரத்தைச் சொல்லிக் கேட்டதைக் கொடுக்கும்... அந்த 'ஜிபூம்பா'வை திருப்பிப் போட்டால் 'பாபுஜி...' 'பாபுஜி' மஹாத்மா காந்தி எதிர் பார்த்த ராமராஜ்யம் நடந்தால் நன்றாகத்தான் இருக்கும்...!

கே: மாக்கோலம், அலங்கோலம் எல்லாம் சரி... அதென்ன சார் கந்தர் கோலம்...?

ப: பரமசிவன் நெற்றிக் கண்ணி லிருந்து தோன்றிய தீக் கோளம் ஆறு புள்ளிகளாக சரவணப் பொய்கையில் விழுந்தது... அந்த ஆறு புள்ளிகளும் ஆறு குழந்தைகளாக மாறியது... இந்த ஆறு புள்ளி அரன்கோலம்தான் கந்தர் கோலம்... அந்த ஆறையும் அன்னை பராசக்தி Maaக்கோலமாக, ஒன்று சேர்த்து ஆரத் தழுவி கட்டி அணைக்க ஒருருவனான் கந்தன்... 'கந்தனானான் கசக்கிக் கட்ட...!'

கே: நட்புக்கும், காதலுக்கும் உள்ள ஒற்றுமை என்ன...?

ப: இரண்டும் தோள் கொடுக்கும்... நட்பு தூக்கி விட... காதல் சாய்ந்து கொள்ள... காதலுக்கு கண் கிடையாது... நட்புக்கு காது கிடையாது... நண்ப னைப் பற்றி யார் என்ன தவறாகச் சொன்னாலும், நட்பு காதில் போட்டுக் கொள்ளாது...!

கே: உங்களுடைய முதல் எதிரி யார்...?

ப: எனக்கு மிஞ்சிதான் எதிரியும், நண்பனும்... தீதும் நன்றும் பிறர் தர வாரா...!

கே: அழகு இருக்கும் இடத்தில் ஆபத்து இருக்கும் என்கிறார்களே... அப்படியானால் அழகான பெண்கள் எல்லோரும் ஆபத்தானவர்களா...?

ப: அப்படி இல்ல சார்... அந்த அழகுக்கு ஆபத்து அருகிலேயே இருக்கும்... 'நகுக வருங்கால இடுக்கண் போலே...!'

கே: ஞானத்தை அடைய பெண்கள் ஆண்களுடன் போட்டியிடலாமா...?

ப: ஞானம் அடைந்தவர்களை 'ஞானன்' என்று சொல்வதில்லை... 'ஞானி' என்றுதான் சொல்கிறோம்...!

கே: உங்களுக்கு மாஸ்டர் பீஸ் எது...?

ப: எனது மாஸ்டர் ரமண மஹரிஷியின் Peace...!

கே: எது நிவாரணம்...? எது நிர்வாணம்...?

ப: போதி மரத்தடியில் புத்தர் கண்ட நிவாரணமே நிர்வாணம்தான்... நிவாரணம் Cure... நிர்வாணம் Pure...!

கே: பசி வந்தால் பத்தும் பறக்கும்... காதல் வந்தால்...?

ப: பசி வந்த இடத்தில் பட்டாம் பூச்சி பறக்கும்...!

கே: கற்பனை இல்லாமல் வாழ முடியுமா...?

ப: அப்படிப்பட்ட ஒரு வாழ்க்கையை என்னால் 'கற்பனை' செய்து கூட பார்க்க முடியவில்லை...!

கே: கிரேசி வசனத்தில் 'திருவிளை யாடல்' சினிமாவை டிவி சீரியலாக எடுத்தால்...?

ப: சம்போமெகாதேவா...!

கே: கணவனை இழந்தால் 'வாழா வெட்டி...' மனைவியை இழந்தால்...?

ப: 'வாழும் வெட்டி...!'

கே: சிவபெருமான் அருந்திய 'விஷம்' மட்டும், தொண்டையைத் தாண்டி இறங்காதது ஏன்...?

ப: எதுவும் சிவத் தொண்டை மீறிச் செல்லாது...!

கே: அலுக்காத அழகு என்பது கறுப்பா...? சிவப்பா...?

ப: 'பச்சைக்' குழந்தை...?

19 'ஈவ்' விழும் கற்பனை!

கே: தயிர் சாதத்துக்கு தொட்டுக் கொள்ள ஒரு சரியான 'சைட் டிஷ்' சொல்லுங்களேன்...?

ப: சொல்ல சங்கோஜமாக இருக்கிறது... ஆவக்காய் ஊறுகாய், பச்சை மிளகாய், வத்தக் குழம்பு போன்ற 'அடல்ட்ஸ்ஒன்லி' ஐயிட்டங்களைத் தொட்டுக் கொள்பவர்களுக்கு, நான் தொட்டுக் கொள்ளும் பாதாம் அல்வா, கிருஷ்ணா ஸ்வீட்ஸ் மைசூர்பா, எதுவும் இல்லாட்டி சக்கரை போன்ற 'சைட் டிஷ்கள்' 'Childish' ஷாகப் படலாம்...

கே: சூரியன் ஒரு வாரம் லீவு எடுத்துக் கொண்டால் பூமி என்னவாகும்...?

ப: இருட்டில்தான் பாவங்கள் பிரகாசிக்கும்...Sunம் Dayயும் இல்லாத அந்த ஏழு நாட்களும் 'Sin Days' ஆகிவிடும்... பூமிக்கு தலை சுற்றும்...!

கே: கணவன் மனைவிக்கு ஆற்றும் கைம்மாறு என்ன...?

ப: கணவன் கை மாறாமல் இருந்தால் சரி...!

கே: கிருபானந்த வாரியாரின் சிஷ்யை மங்கையர்க்கரசி பற்றி...?

ப: வாரியாருக்குப் பிறகு வேறு யார் என்ற கேள்விக்கு பதிலாகக் கிடைத்தவர் மங்கையர்க்கரசி... மங்காத தமிழ் நாவுக்கரசி...!

கே: யானை படுத்தால் குதிரை மட்டம்... எறும்பு படுத்தால்...?

ப: அந்த எறும்பு மகா மட்டம்... சுறுசுறுப்பான எறும்பு சோம்பேறியாகப் படுக்கலாமா...!

கே: உங்களுக்குப் பிடித்த வெளி நாடு எது...?

ப: எந்தையும் தாயும் மகிழ்ந்து குலாவிய மந்தை வெளிநாடு...!

கே: மாதா, பிதா, குரு, தெய்வம்... ஏன் இந்த வரிசையில் மனைவியை விட்டு விட்டார்கள்...?

ப: வரிசையில் முதலிடமே அப்பாவின் மனைவிக்குதானே...!

கே: டிசம்பர் சங்கீத சீஸன் வந்து விட்டது... கச்சேரிக்கு போவீர்களா...?

ப: சமீபத்தில் திரு. உமையாள்புரம் சிவராமன் அவர்களின் 'ஆத்ம நிவேதனம்' என்ற Dvdஐக் கேட்டேன்... ப்ரதோஷ காலத்தில் பார்வதியை ஒரு ஓரமாக நிற்கச் சொல்லிவிட்டு பரமசிவன் நடனமாடுகிறார்.... எஜமானன் ஆட்டத்தில் மயங்கிய நந்திகேஸ்வரர் மிருதங்கம் வாசிக்க மறந்து விடுகிறார்... உடனே மகாவிஷ்ணு மகாதேவன் ஆட்டத்திற்கு மிருதங்கம் வாசிக்கிறார்... அதாவது 'உமையாள் புறமிருக்க', 'சிவன்' ஆட மகாவிஷ்ணு அம்சமான 'ராமன்' வாசிக்கிறார்... 'உமையாள்புரம் சிவராமன்' வாசிப்பைக் கேட்ட எனக்கு ப்ரதோஷ தரிசனம் பார்த்த சந்தோஷம் ஏற்பட்டது... சிவராமன் BABL படித்தவர்.... சிவராமன் சார் 'லாயராகாமல்' மிருதங்க சுத்த 'லயராக' மாறியது நம் அதிர்ஷ்டம்...

கே: கன்னத்தில் குழி விழுந்தால் அதிர்ஷ்டமா கிரேசி...?

ப: எனக்கு ஒரு நண்பன்... அவன் துரதிர்ஷ்ட வேதாளத்தை தோளில் சுமக்கும் Bad Luckரமாதித்தன்... 'இவ்விடம் ஆட்கள் வேலை செய்கிறார்கள்' என்று Board போடும் அளவிற்கு அவன் கன்னத்தில் பாதாளமாக குழி விழும்... பாவம் அவன் பல்லாங்குழி ஆடும் போது, கை தவறி சோழி பல்லில் பட்டு ஸெப்டிக் ஆகி அப்'பல்'லோவில் அட்மிட் ஆனான்... இதற்கு என்ன சொல்கிறீர்கள்...!

கே: நடிகைகளுக்குள் 'இடைத்' தேர்தல் வைத்தால் உங்கள் வாக்கு யாருக்கு...?

ப: பொதுத் தேர்தலில் வாக்களிக்க 18 வயதிற்கு மேல் இருக்க வேண்டும்... நீங்கள் கேட்ட 'இடைத்' தேர்தலில் வாக்களிக்க 18 வயது இளமை வேண்டும்... கள்ள ஓட்டு போடக்கூட எனக்கு அருகதை கிடையாது... எப்படி நடிகைகளுக்கு 'இடையே' மாட்டிக் கொள்ளாமல் எஸ்கேப் ஆனேன் பார்த்தீங்களா...!

கே: உயிருக்கும், ஆன்மாவுக்கும் என்ன வித்தியாசம்...?

ப: தமிழ் என் உயிர்... சமஸ்கிருதம் என் ஆன்மா...!

கே: கண்ணுக்கு மை அழகு... காதுக்கு...?

ப: மெய் அழகு...1

கே: கிரேசியாரே... முத்தத்திற்கு மணம் உண்டா...?

ப: கொடுப்பவர்களைப் பொறுத்து, முத்தம் மணம் மாறும் Scent... மனைவி கொடுத்தால் Decent... காதலி கொடுத்தால் Pleasant... குழந்தை கொடுத்தால் Innocent..... Flying Kiss Just Sent....

கே: தமிழ் நன்கு பேசத் தெரிந்தும்,

ஆங்கிலத்தில் பேசி பெருமைபட்டுக் கொள்பவர்கள் பற்றி...?

ப: No Comments...!

கே: அற்புதமான கண்டுபிடிப்பு எது...?

ப: அனுமனின் 'கண்டேன் சீதையை...!'

கே: ஒருவன் முட்டாள் என்பதை எப்படி அறிவது...?

ப: Quiz நிகழ்ச்சியில் அவனை அமரவைத்து 'உங்கள் பெயர் என்ன' என்று கேளுங்கள்... அவன் 'Paas' என்றால் Fall ஆக முட்டாள்... 'Any Clue' என்று கேட்டால் அடிமுட்டாள்...!

கே: தற்போதைய கிரேசி மோகனுக்கும், 20 வருடத்திற்கு முன்பு இருந்த கிரேசி மோகனுக்கும் என்ன வித்தியாசம்...?

ப: தற்போதைய கிரேசி மோகனுக்கு, கேள்வி கேட்டால் பொறுமையாக பதில் சொல்லும் விடைத்தனம் இருக்கு... 20 வருடத்திற்கு முன்பு கேள்வி கேட்டால் எதிர் கேள்வி கேட்கும் விடலைத்தனம் இருந்தது...!

கே: புத்தர் மீண்டும் பிறந்தால் எந்த மரத்தின் கீழ் ஞானம் பெறுவார்...?

ப: ஞானத்தை விடுங்கள்... புத்தர் நிழல் பெறக் கூட நம் நாட்டில், மரம் இல்லாமல் போய்விடும் போலிருக்கிறதே... முதலில் அசோகர் பிறக்கட்டும்... மரம் நடட்டும்... பின் புத்தர் பிறந்து ஞானம் பெறட்டும்... மரவுரி இல்லாமல் பூமி நிர்வாணம் ஆகும் நிலையில் இருக்கிறது...!

கே: முருகருக்கு மட்டும் இரண்டு மனைவிகள்... நமக்கெல்லாம் ஒரு மனைவிதான் என்ற ஸென்ஸார் ஏன்...?

ப: தணிகைக்கு எதற்கு தணிக்கை...!

கே: உங்களுக்கு அசிஸ்டெண்ட் ஆகணும்னா என்ன செய்யணும்...?

ப: தற்போது இருக்கும் என்னுடைய 'அசிஸ்டெர் வாயால் பிரம்ம ரிஷி' பட்டம் வாங்க வேண்டும்...!

கே: வியப்புக்கும், மலைப்புக்கும் என்ன வித்தியாசம்...?

ப: எல்லாமே இளமையில் வியப்பு... முதுமையில் மலைப்பு...!

கே: கிரேசி சார்... கோபமுள்ள இடத்தில் மட்டும்தான் குணம் இருக்குமா...?

ப: In Fact ... குணமுள்ள இடத்தில் கோபம் இருக்கும்... ராமர் இருக்கும் இடத்தில் லட்சுமணர் இருப்பார்...!

கே: உங்களுக்கு விருப்பமான

கே: ஏசு சுமந்த சிலுவையின் எடை என்ன...?

ப: ஏசு சுமந்த சிலுவை லேசு... எப்படி என்கிறீர்களா... புனே நகரத்தில் முகாமிட்டிருந்தபோது பகவான் ஸ்ரீ சத்யசாயி பாபா அருளிச் செய்தது... 'ஏசுநாதர் சுமந்த சிலுவையே 'நான்' என்ற அகந்தையைக் குறுக்கே கோடு போட்டு அழித்து விடுதலின் குறியீடுதான்...' நான் அதாவது 'I' (நேர்கோடு) இருக்கும் வரையில் இந்த புதிருக்கு விடை ஏது...? 'I' என்ற ஈகோவைக் குறுக்கே கோடு போட்டு அழித்து விட்டால் அதற்கு எடை ஏது...? ஆடை எது...?

ப: 'Pun'னாடை....!

கே: சின்ன செடி மரமாக வளர்ந்து உயரமாகிறது... இயற்கையில் இதே போல், உயரமாக இருந்து குள்ளமாவது எது...?

ப: தண்ணீர்... உயரத்தில் இருந்து வழுக்கி கீழே அருவியாக வழிந்து தேங்கும் 'குட்டை' ஆகும்...!

கே: சிந்தனை, கற்பனை என்ன வேறுபாடு...?

ப: 'ஆப்பிள் ஏன் கீழே விழுந்தது' என்று கற்பனையோடு நியூட்டன் புவிஈர்ப்பைக் கண்டுபிடித்தால் சிந்தனை... 'ஆப்பிளுக்கு பதிலாக நம்ம மேலே அழகான ஈவ் விழுந்தா எவ்வளவு கிளுகிளுப்பாக இருக்கும்' என்று, வேறு ஈர்ப்பை சிந்தித்தால் அது கற்பனை...!

கே: கண்ணீர், அழுகை என்ன வித்தியாசம்...?

ப: கண்ணீர் காரியம்... அழுகை காரணம்... காரணமற்ற அழுகை ஆண்டவன் தொழுகையானால் வருவது ஆனந்தக் கண்ணீர்...!

கே: கோள் சொல்லலாமா கிரேசி...?

ப: 'ராகுவே, கேதுவே, சனி பகவானே, குருவே' என்று காலையும், மாலையும் 'கோள்' சொல்லுங் 'கோள்...' நம்பிக்கை இல்லாவிட்டால் தஞ்சை பரத்வாஜைக் கேளுங் 'கோள்...'.!

20. 'Aunty Sentiment'

கே: பக்க வாத்தியங்கள் இருக்க... பாகவதர் பாடும்போது தொடை மீது தாளம் போடுவது ஏன்...?

ப: அவருக்கு 'Thigh' பிளந்தால்தான் இசை பிறக்குமோ என்னவோ...!

கே: ராமாவதாரத்திற்கும், கிருஷ்ணாவதாரத்திற்கும் என்ன வித்தியாசம்...?

ப: வித்யாசமான ஒற்றுமை

ஒன்று உண்டு... 'மரா மரா' என்று வேடன் சொல்ல ஆரம்பம் ஆனது ராமாவதாரம்... 'ஜரா ஜரா' எனற வேடன் கொல்ல நிறைவடைந்தது கிருஷ்ணாவதாரம்...!

கே: காதலியிடமும், மனைவியிடமும் சொல்லக் கூடாத விஷயம் ஏதேனும் உண்டா...?

ப: காதலிப்பதை மனைவியிடமும், கல்யாணம் ஆனதை காதலியிடமும் சொல்லக் கூடாது...!

கே: எங்க ஊர் திருவானைக்கா அகிலாண்டேஸ்வரி மீது ஒரு பாடல் சொல்ல முடியுமா...?

ப: திருவானைக்கா போனபோது சன்னிதியில் அகிலாண்டேஸ்வரி வெண்பா சொல்ல வைத்தாள்...

'தேனைக்கால் ஏந்தி திரிகின்ற
வண்டேபோல்
ஊனைக்கால் தாங்க உலகுற்று
'நானை'ப் போய்
பானைத்தோல் மேனியாய் பாவிக்கா
பேரறிவை
ஆனைக்கா அம்மா அருள்....'

கே: 'இருக்கும் ஆனா இல்லை...' அது என்ன...?

ப: 'ஆ'வன்னா எழுத்து... உங்கள் கேள்வியிலேயே பதில் 'இருக்குமானால் இல்லை...' சேர்த்து சொல்லும் போது குற்றியலுகரப் புணர்ச்சியால், இருக்கும் 'ஆ'னா கண்ணுக்கு இல்லாமல் போகிறது... ஆண்டவன் என்கிற 'ஆ'வனனாவும் அப்படித்தான்... நம்மாழ்வார் சொன்னது போல 'உள வெனில் உளன்... இலனெனில் இலன்...!'

கே: பெண்களை மயக்கி வசப் படுத்தும் ராகம் ஏதேனும் உண்டா சார்...?

ப: வசப்படுத்த 'வசந்தா...' ஆலாபனை செய்யும்போது மேல் பஞ்சமத்திற்கு பதிலாக, Female பஞ்சமத்தில் சஞ்சாரியுங்கள்... அவரோகணம் ஆகிவிடுவாள் அவள்... உங்களுக்கு அகாடமியில் 'பெண்கீத கலாநிதி' பட்டம் கிடைக்கும்...!

கே: காற்று கூட புக முடியாத இடத்தில், புகுவது எதுவோ...?

ப: காற்றின் மைந்தன்... இந்திரன், வருணன், வாயு போன்றவர்கள் கூட புக முடியாத இடமாக இருந்தது இராவணின் இலங்கைக் கோட்டை... காற்று அதாவது வாயு புக முடியாத இடத்தில் வாயு மைந்தன் அனுமன் புகுந்தான்...!

கே: நடுத்தர வயதுப் பெண்கள் தங்கள் வயதைக் குறைத்துச் சொல்லுகிறார்களே... ஏன்...?

கே: டிஸம்பர் சங்கீத இசை விழா எப்படி...?

ப: சங்கீத சூப்பர் ஸ்டார் GNB அவர்களின் நூற்றாண்டு விழாவினை ஒட்டி, எனது நண்பன் கு. ஆ. காந்தன் எழுதி இயக்கி, ஸ்வாதி சொல்யூஷன்ஸ் வெளியிட்ட 'இசை வசீகரா' என்ற DVD ரிலீஸ் செய்யப்பட்டது... சங்கீதத்தில் அ and ஆ கூட தெரியாத என்னை GNB அன்று இசைபட வாழ வைத்தார்... அவரது பிருகாக்களைக் கேட்டு விட்டு கோயிலுக்குப் போன நான் 'ஓம் முருகா' என்பதற்கு பதில் 'ஓம் பிருகா ஓம் பிருகா' என்றுதான் சொல்ல முடிந்தது...

ப: என்னைப் பொறுத்தவரையில் GNBயின் விரிவாக்கம் 'கந்தர்வ நாத ப்ரும்மம்...' அந்த மேதையைப் பற்றி அடியேன் எழுதிய வெண்பாவும் அந்த DVDயில் இருப்பது, இந்த CRAZYக்குக் கிடைத்த GRACY அருள்தான்...

அந்த வெண்பா இதோ...

'சந்திரனும்'யனும் சேர்ந்து ரசிக்கின்ற
மந்திர சித்ரா பௌர்ணமியே உந்தன்
இசையால் உலகை அசைத்து, விந்தை
விசையே வசீகரா வாழ்...

ப: அது ஒரு மாதிரி 'Aunty Sentiment..?'

கே: வாஸ்து பார்க்காத இடம் ஏதும் இருக்கிறதா...?

ப: வீடு வரை வாஸ்து... வீதி வரை தோஸ்து... காடு வரை ஆஸ்து (ஆஸ்திக்குப் பிள்ளை)... கடைசியில் எல்லாமே 'வேஸ்டு' (Waste)....!

கே: உங்களுக்கு பிடித்த கார் எது கிரேசி... ஐயங்கார் என்று சொல்லக் கூடாது...?

ப: Audi கார்... விலையைக் கேட்டால் ஆடிப்போய் விடுவீர்கள் (கிட்டத் தட்ட 50 லட்சம்)... ஆடித் தள்ளுபடியில், அதுவும் யாராவது வாங்கிக் கொடுத்தால் ஆசையாக வைத்துக் கொள்வேன்...!

கே: அன்பிற்கும் உண்டோ அடைக்கும் தாழ் என்று ஏன் சொல்லப்பட்டது...?

ப: அதிர்ஷ்டம் கதவைத் தட்டிக் கொடுக்கும்... ஆனால் அன்பு கதவை உடைத்துக் கொடுக்கும்...!

கே: கிரேசி முதுமை இனிமையானதா...?

ப: 'இனிது இனிது இளமைஇனிது... அதனினும் இனிது இளமையில் அவ்வையின் முதுமை...!'

கே: ஒட்டாத உறவு எது...?

ப: லெட்டருக்கு ஸ்டாம்பு ஒட்டணும்... ஈமெயிலும் ஒரு வகையில் லெட்டர்தான்...ஆனால் ஸ்டாம்பு ஒட்ட வேண்டாம்... அந்த வகையில்

ஈமெயிலுக்கு ஸ்டாம்பு ஒட்டாத உறவு...!

கே: ஞாபகம், மறதி... விளக்கம் ப்ளீஸ்....?

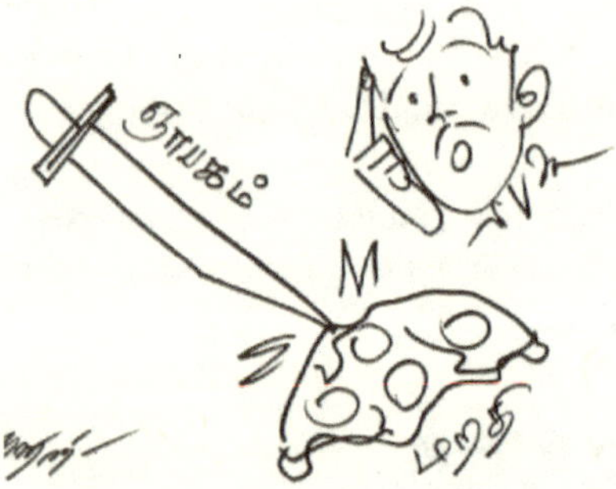

ப: ஞாபகம் தாக்கும் கூர் வாள்... மறதி காக்கும் மழுங்கிய கேடயம்...!

கே: நடிகர் திலகம் சிவாஜி கணேசன் அவர்களுக்கு சரியான ஜோடி கே. ஆர். விஜயாவா... பத்மினியா...?

ப: நாகேஷ்... திருவிளையாடல் படத்தில் 'கிரேசி' தருமியின் கேள்விகளுக்கு, திரு'வாசகன்' சிவன் பதிலளிக்கும் நீளமான காட்சியை, இந்த ஜோடி ஒரே ஷாட்டில் முடித்தனர்...!

கே: டியர் கிரேசி... நீங்கள் மல்லிகைப் பூ மன்னனா... ரோஜாப் பூ ராஜாவா...?

ப: வாடாத காகிதப் பூ காமெடியன்...!

கே: காதலின் தூதுக்கு எது பெஸ்ட்.... விழியா...? தோழியா...?

ப: விழியை நம்ப முடியாது... காதலுக்கு கண்ணு கிடையாது... தோழியை நம்பக் கூடாது... காதலுக்கு போட்டி உண்டு... சிரமத்தைப் பாக்காம பொடி நடையாய்ப் போய் அந்த 'ஐ லவ் யூ' வை சொல்லித் தொலைச்சுடுங்க...!

கே: இப்போதெல்லாம் மரபுக் கவிதைகள் எழுதுவது குறைந்து விட்டதே... ஏன் கிரேசி...?

ப: கவிதையில் மட்டும்தானா...! ஒரு காலத்தில் அகிலமெல்லாம் வியாபித்திருந்த மரபு இப்போது அணுவில் மட்டும்தான் உள்ளது...!

கே: ராமருக்கு ஒரு வில், ஓர் சொல், ஒரு இல் (இல்லாள் அதாவது மனைவி)... அது போல கிரேசிக்கு...?

ப: ஒரு ராமர், ஒரு ஹ்யூமர், ஒரு கிளாமர் (உடையாள் அதாவது மனைவி)...!

கே: ஆங்கில முத்தம் தமிழ் முத்தம்... ஒப்பிடுக...?

ப: வெள்ளைக்காரனுக்கு முத்தம் கொடுப்பது, சாதம் சாப்பிடுவது போல சகஜம்... நமது முத்தம் காதலன், காதலி மட்டுமே பரிமாறிக் கொள்ளும் பிரசாதம்... ஆங்கில முத்தத்தில் இதழ்கள் மட்டுமே இணையும்... தமிழ் முத்தத்தில் இதயமும் இணையும்...!

கே: 'கரும்பு தின்னக் கூலி' என்று எதைக் கூறுவீர்கள்...?

ப: 'வரதட்ஷிணை...!'

கே: அதியமானுக்கு அவ்வையார் கொடுத்த நெல்லிக் கனி கிடைத்தால், நீங்கள் அதை யாருக்குத் தருவீர்கள்...?

ப: ஆஸ்கார் விருது, அமெரிக்க அதிபர் வீட்டு விருந்தில் இசை என்று தமிழனை உலக உச்சிக்குக் கொண்டு

போன, அதி(ச) யமான் ஏ.ஆர். ரெஹ்மான் உள்ளங்கையில் வைப்பேன் அந்த நெல்லிக் கனியை...!

கே: தேங்காய்க்கு மட்டும் எப்படி சார் குடுமி முளைச்சது...?

ப: உள்ளேயிருக்கும் 'வழுக்கையை' மறைக்க வைத்துக் கொண்ட 'Wig...' மேலும் தென்னை மர உச்சியில் காய்ப்பதால் வந்த 'உச்சிக் குடுமி...'!

கே: துன்பம் எப்போது பிறக்கிறது...?

ப: ஆசை நெஞ்சை அறுக்கும் 'ஸிஸேரியன்' தொல்லை... அதைப் பத்து மாதம் சுமந்தால் அழுதபடி பிறக்கும் 'க்ளிஸேரியன்' பிள்ளை...!

கே: நம்மைப் போலவே உலகில் ஏழு பேர் இருப்பார்கள் என்கிறார்களே... உங்களைப் போன்ற ஒருவரைப் பார்க்க நேர்ந்தால் என்ன செய்வீர்கள்...?

ப: 'நின்னொடு போக பாக்கி ஐவரானோம்' என்று சொல்லி அவனை ஆரத்தழுவி விட்டு, இருவரும் சேர்ந்து மீதி அஞ்சு பேரைத் தேடுவோம்...!

21. 'க்ளிஸேரியன்' பிள்ளை!

கே: அமரர் தேவனின் படைப்புக்களைப் படிக்கும்போது ஏற்படும் சந்தோஷத்தை எதற்கு ஒப்பிடலாம்...?

ப: 'மாசில் வீணையும் மாலை மதியமும்... பொய்கையும் போன்றதாம் வாசகன் மகிழ்ச்சி வாசிக்கையில் தேவனை...!'

கே: அன்றைய காதல்... இன்றைய காதல்... விளக்கம் ப்ளீஸ்...?

ப: அன்றைய காதல் அப்படியே இருக்கும் அதிசய தாஜ்மஹால் 'சலவைக் கல்...' இன்றைய காதல் அடிக்கடி மாற்றும் 'சலவைத் துணி...!'

கே: விக்கிரமாதித்தன் தோளில் சுமந்த வேதாளத்தின் பெயர் என்ன...?

ப: ம.ர. முருங்கேசன்...!

கே: மழையைப் பற்றி ஒரு கவிதை சொல்லுங்களேன்...?

'படி தாண்டிப் புகுந்த
பேய் மழை பாதிப்பால்
பட்டினி கிடந்தாள்
பெய் எனச் சொன்ன பத்தினி...!'

கே: இப்பொழுது திருமணங்கள் எங்கு நிச்சயிக்கப்படுகின்றன...?

ப: திரிசங்கு சொர்கத்தில்...!

கே: பருவ மங்கையின் கால் கொலுசு, பச்சிளங் குழந்தையின் கால் கொலுசு, இரண்டையும் ஒப்பிட்டு ஒரு கவிதை கூறுங்களேன்...?

ப: நகைக் கடை Jewelளுவர் எழுதிய கொலுசதிகாரக் குறள் ஒன்று கூறுகிறேன்...

'கிளுகிளுப்பாம் கன்னியின் காலணி சொகுசு
கிலுகிலுப்பை சேயின் கொலுசு...!'

கே: சிரிப்பைத் தொலைத்த மனிதன்...!

ப: 'கண் காட்சியில் காணாமல் போன குழந்தை...!

கே: கேள்விக்கு பதில் சொல்லும் பகுதியை முதன் முதலில் அறிமுகப் படுத்திய பத்திரிகை எது...?

ப: கல்யாணப் பத்திரிகை... மனைவியின் கேள்விகளுக்கு பதில் சொல்ல முடியாமல் முழிக்கும் கணவன், ஏதாவது சாக்கு சொல்லி தற்காலிகமாக விடை பெறுவான்...!

கே: ஓசாமா பேட் செய்ய, ஒபாமா பவுல் செய்ய நீங்கள் அம்பராக நின்றால்...?

ப: ஓடொமாநூநூநூநூநூ என்று பாடியபடி ஓடி விடுவேன்...!

கே: நீங்கள் வள்ளலா...?

ப: வீட்டுல பாரி... வெளில ஸாரி... நான் மயிலுக்கு போர்வை கொடுத்த பேகன் இல்லை... ஆனால் மனைவிக்கு காரை (ஓட்டக் கற்றுக்) கொடுத்த மோகன்...!

கே: நரி, கழுதை எதன் முகத்தில் விழித்தால் அதிர்ஷ்டம்...?

கே: இளமை போவது எப்போது... முதுமை வருவது எப்போது...?

ப: நம்மிடம் இருப்பதையெல்லாம் சுரண்டிக் கொண்டு சொல்லிக் கொள்ளாமல் போகும் திருடன் இளமை... திருடனை விட்டுவிட்டு பறி கொடுத்த நம்மைப் பிடிக்க, வாரண்ட்டுடன் வரும் போலீஸ் முதுமை... வாழ்க்கை ஒரு Thief And Police விளையாட்டு... இந்த விளையாட்டில் சேராமல் வேடிக்கை பார்க்கும் பக்குவம் இருந்தால், திருடன் மப்டியில் வந்த போலீஸ் என்பதும் போலீஸ் யூனிபார்மில் வந்த திருடன் என்பதும் தெளிவாகும்...!

ப: நரி முக்ததில் விழிக்க காட்டில் தூங்க வேண்டும். கழுதை முகத்தில் விழிக்க குட்டிச் சுவரில் உறங்க வேண் டும்... இதை விட ஒருவனுக்கு வேறு துரதிர்ஷ்டம் வேண்டுமா...!

கே: காரியத்தை சாதித்துக் கொள்ள எந்த சோப் போடலாம்...?

ப: யார் என்ன சொன்னாலும் எதிர்த்து பேசாமல் 'ஹமாம்சோப்' போட்டு அவர்களை சந்தோஷத்தில் குளிப்பாட்டுங்கள்...!

கே: தந்தை சொல் மிக்க வேறு ஏதேனும் மந்திரம் உண்டா...?

ப: மகன் தந்தைக்கு உபதேசித்த பிரணவ மந்திரம்...!

கே: வானவில் ஏன் வளைந்து காணப்படுகிறது...?

ப: கோகுலத்தை அழிக்க இந்திரன் குளிர் மழையைக் கொட்டியபோது, கோவர்த்தன குன்றேந்தி ஆயர்களைக் காத்தான் கண்ணன்... தன் பாச்சா பலிக்காத இந்திரன் கண்ணனோடு தான் கொண்ட Cold War தோற்று வளைந்து கொடுத்ததைத் தெரிவிக்க, வளைந்த வானவில்லால் வானத்திலிருந்து பூமிக்கு சமாதான சிக்னல் காட்டினான்...

வானவில் வெண்பா கீழே...!

'ஆனவரை பெய்த அடைமழையை
ஆயர்கள்
காணவரை ஏந்திய கண்ணனிடம்
நாணமுற
வானவர்கோன் தோற்று வளைந்தான்,
சமாதான
வானவில்லை அம்புவிக்கு விட்டு...'

கே: இல்லற வாழ்வில் இசைக்கும் 'சப்தஸ்வரங்கள்' எவை...?

ப: மனைவி 'சரிகமபதநி'யை ரீமிக்ஸ் செய்து, சூசிதமாக 'சரிகம் (முனு கிட) பதி நீ' என்று பாட, கணவன் சப்த நாடியும் அடங்கி 'நிசப்த ஸ்வரமாக' நிற்பான்...!

கே: உங்களுக்கு பிடிச்சது ஷாருக் கானா, சல்மான் கானா, அமீர் கானா...?

ப: சினிமா இடைவேளையில் சாப் பிடும் 'பாப்கார்ன்...!'

கே: உங்களிடம் உங்களுக்கே பிடிக் காத விஷயம்...?

ப: என்னிடம் எனக்குப் பிடித்த தையே செய்வது....!

கே: நடந்து செல்கையில் செருப்பு நம்மை சுமக்கிறதா, இல்லை செருப்பை நாம் சுமக்கிறோமா...?

ப: உடலை நாம் சுமக்கிறோமா இல்லை நம்மை உடல் சுமக்கிறதா... சுகமான சுமை ஒன்று சொல்லட்டுமா... ராமன் காலில் சுமந்த சுமையை பரதன் தலையில் சுமந்தான்... 'தம்பியுடையான் நடைக்கு அஞ்சான்...!'

கே: அறிவு, ஞானம்... என்ன வித்தியாசம்...?

ப: அறிவு ஆறு ஆவது... ஞானம் ஆறுவது...!

கே: ரகசியத்தைக் கட்டிக் காக்க பெண்களால் முடியாது என்பது உண்மையா... ஆண்கள்தான் ரகசியத்தை காப்பாற்றுகிறார்களா...?

ப: மிக உயர்ந்த ரகசியத்தையே 'சிதம்பர ரகசியம்' என்று ஆண்பாலில் தானே குறிப்பிடுகிறார்கள்... 'சிவகாமி ரகசியம்' என்று யாரும் சொல்வதில்லையே...!

கே: நன்றி, விசுவாசம் என்ன வித்தியாசம்...?

ப: வாலை ஆட்டினால் நன்றி... தலையை ஆட்டினால் விசுவாசம்...!

கே: ஜாதகம் என்பது மனித இனத்திற்கு சாதகமா இல்லை பாதகமா...?

ப: சாதகமாக இருந்தால் 'Horosope...' பாதகமாக இருந்து பயமுறுத்தினால் 'Horror Scope...!'

கே: கூட்டுக் குடும்பத்தின் ப்ளஸ் என்ன...?

ப: சம்பாத்தியத்தில் ஆரம்பித்து சந்தோஷம் வரை எல்லாமே 'Surplus...!'

கே: உங்களுக்கு உழவுத் தொழிலைப் பற்றி என்ன தெரியும்...?

ப: உலகம் முழுவதும் ஒப்புக் கொண்ட ஒரே கல்ச்சர் 'Agree Culture...!'

கே: அரசியல் பற்றிய கேள்விகளைத் தவிர்த்து விடுவது ஏன்...?

ப: சரி; தவிர்க்காமல் உங்கள் கேள்வியைப் போட்டாச்சு போறுமா... இப்ப திருப்தியா...!

கே: காதல், கல்யாணம், கடவுள்... ஒப்பிடுங்கள் பார்க்கலாம்...?

ப: காதல் கும்பிடப் போன கடவுள்... கல்யாணம், குறுக்கே வந்த கடவுள்...!

கே: துன்பம் வரும்போது எப்படி சிரிக்க முடியும்...?

ப: ஆனந்தக் கண்ணீர் வரலாம்... அழுகை சிரிப்பு வரக் கூடாதா...!

கே: சமீபத்தில் வெளியான 'பத்மஸ்ரீ' விருதுகள் பற்றி...?

ப: எனக்கே கிடைத்த சந்தோஷத்தை, Mrs. YGP அவர்களுக்கு கிடைத்ததில் அடைந்தேன்... மரியாதைக்குரிய அந்த 'அவ்வைஜி' அவர்களுக்குப் பிறகு குழந்தைகள் கல்விக்காக வாழ்கின்றவர் 'இவ்ஓய்.ஜி.பி' இவர்கள்... 'பத்மா சேஷாத்ரி' பள்ளிக்கூடம் இவரால் 'பத்மஸ்ரீ சேஷாத்ரி' ஆகியது... 'இளமை யில் கல்' என்பார்கள்...

எண்பது வயது முதுமையிலும் இவர் 'கொன்னக்கோல் வித்வான் VVS. மணியனிடம்' சொற்கட்டுகளைக் கற்றுக் கொண்டார்...இவர் ஒரு முது நிலைப் பல்கலைக்கழகம்... கல்வி தவிர சங்கீதம், நாடகம், நாட்டியம் என பலதுறைகளையும் அலசவல்ல சகலகலாவல்லி... மதராசுக்கு கிடைத்த 'மதர் கல்வி-தெரெஸா...!'

22. Preபேர் Repபேர்!

கே: சினிமா உலகை 'கனவுத் தொழிற்சாலை' என்பது போல, நாடக உலகை என்னவென்று சொல்லலாம்...?

ப: கனவு நனவாக கற்றுக் கொடுக்கும் கல்விச்சாலை...!

கே: நாம் பிறக்கும் போதே நமது நெற்றியில் காலாவதித் தேதியோடு பிறந்திருந்தால்...?

ப: இப்பவும் நெற்றியில் காலாவதித் தேதியோடுதான் பிறக்கிறோம்... நம் கண்ணுக்கு அது தெரியாது... காலன் கண்ணுக்குத் தெரியும்... காலன் கண்ணுக்கு அந்த தேதி தெரியாமல் மறைக்க, அதனால்தான் நம் முன்னோர்கள் நம்மை நெற்றியில் பட்டையாக திருநீறு, குங்குமம், நாமம், சந்தனம் இட்டுக் கொள்ளச் சொன்னார்கள்... காலாவதியா இல்லை காலாவசதியா என தீர்மானிக்க வேண்டியது உங்கள் தலையெழுத்து...!

கே: பூனைக்குத் தோழனாகவும், பாலுக்கு காவலாகவும் இருக்க முடியுமா கிரேசி...?

ப: ஏன் முடியாது... பால் (Paul) என்ற என் நண்பன் பூனேயில் (Pune) போலீஸ் ஆபீஸராக இருக்கிறான்... தோழன் பாலும் பார்க்க பூனை மாதிரி சாதுவாக இருப்பான்... ஆக பூனேக்கு காவலாக இருக்கும் பாலுக்கு நான் தோழனாக இருக்கிறேன்... பதில் ஒரு மாதிரி OK தானே...!

கே: 'வாழ்க்கை ஒரு வெங்காயம்... அதை உரிக்கும்போது கண்ணீர் வரும்... அது போல காதல் ஒரு...!

ப: வேறு யாரையோ மணக்கும் போதும், பழைய காதலை நினைவுக்கு கொண்டு வந்து மணக்கும் பெருங் காயம்...!

கே: தெய்வ பக்திக்கும், தேச பக்திக்கும் என்ன வித்தியாசம்...?

ப: தெய்வ பக்தி ஆத்திகம்... தேச பக்தி தாய்நாட்டிகம்...!

கே: பாத்திரம் அறிந்து பிச்சை இடு என்று சொல்கிறார்களே... அதன் விளக்கம் என்ன...?

ப: பிச்சை எடுக்க வந்த கதாபாத்திரம், கதாநாயகனா இல்லை வில்லனா என்று அறிந்து பிச்சை இடவேண்டும்... சந்நியாசி வேடத்தில் வந்த ராவண வில்லனுக்கு பிச்சை இட சீதை, லட்சுமணன் போட்ட கோட்டைத் தாண்டியதால் எவ்வளவு அல்லலுற்றாள்...!

கே: கடவுளை பேட்டி எடுக்கும் வாய்ப்பு கிடைத்தால் நீங்கள் அவரிடம் என்ன கேள்வி கேட்பீர்கள்...? உங்கள் கேள்விகளுக்கு கடவுளின் பதில் என்னவாக இருக்கும்...?

ப: கடவுளின் சொல்வாக்கை கேட்கும் செல்வாக்கு சென்ற வாரம் ஒரு பொழுது போன (எப்பப்பாரு என்ன பொழுதுபோகாத) மத்யான வேளையில் கிடைத்தது... Crazy Time With God....

செல் அடிக்கிறது...

நான்: (எடுத்து) ஹலோ யாரு...?

கடவுள்: (மறுமுனையில்) நான்தான் God ...!

நான்: (கடுப்பாக) சர்வீஸுக்கு ஏம்பா வரல... (மவுனம்)... Aqua Gaurd தானே....?

கடவுள்: Aqua God. Mud God. Wind Shield. Fire Proof, Sky Level... இப்படி பஞ்ச பூதமும் நான்தான்...!

நான்: (நம்பாமல் நக்கலாக)

வெங்கடாசலபதியா...?

கடவுள்: 'வான்'ல வெங்கடாசல பதி... phoneல halloபதி

நான்: ராங் நம்பர்...

கடவுள்: ஆut Right Member...) Crazy... நான் Gracy...

நான்: (குழப்பமாக...) நீதான் கடவுள்னு எப்படி நம்பறது...?

கடவுள்: நம்பறவனுக்குத்தான் என் நம்பர் வரும்... நம்பாதவனுக்கு மெஸேஜ்தான் வரும்... நம்பினாத்தான் நான் Godடு... நம்பாட்டி நீயாச்சு உன் பாடு... உன் Cellலுல என்ன நம்பர் Display ஆயிருக்கு பாரு...!

நான்: (பார்த்து ஷாக் ஆகி) My God...!

கடவுள்: என்ன கூப்பிட்டியா...?

நான்: யோவ்... என்னய்யா இது நம்பருக்கு பதிலா Infinityனு வந்திருக்கு...!

கடவுள்: நீ டயல் பண்ணா எனக்கு Zeroன்னு வருதே... நான் கத்திக்கு கத்தி டைப் ஆசாமி இல்ல... கத்திக்கு கருணை காட்டற சாமி...அதான் Zerous Infinity...!

நான்: (தயக்கமாக)... நீ... இல்ல ஸாரிஸாரி நீங்க...!

கடவுள்: (சிரித்து) லாஜிக்கா பேசறதை விட மேஜிக் பண்ணாத்தான் மரியாதையே வருது...!

நான்: உங்களுக்கு ஏது Cell...?

கடவுள்: உன்னோட ஒவ்வொரு ஸெல்லுலையும் நான் இருக்கேன்... (அப்போது என் மனைவி வந்ததை நான் கவனிக்கவில்லை)... உன்னோட Mrs Call வராங்க...!

நான்: அடியே... செல்லுல...!

மனைவி: கடவுள் பேசறார்... அதானே...!

நான்: எப்படி கரெக்டா கண்டு பிடிச்சே...!

மனைவி: கார்த்தால ஷேவ் பண்ணிக்க பிளேடு இல்லேன்னு நீங்க முடியை பிச்சு குதியா குதிச்சீங்களே... அப்ப இந்த ஆசாமி போன் பண்ணி என்ன 'வரம்' வேணும்னு கேட்டான்... நான் ச'வரம்'னு மூஞ்சில அறைஞ்சா மாதிரி சொல்லி போனை கட் பண்ணிட்டேன்...!

நான்: அடிப்பாவி... புருஷன் நம்பி அரசனை கட் பண்ணிட்டியே... வீட்டுக்கு வந்த In Coming Godi இப்படி Insult பண்ணிட்டியே... சாமி உன் கண்ணை குத்தப் போகுது...!

மனைவி: நீங்கதான் எனக்கு காது குத்தறீங்க (கிண்டலாக)... ஸெல்லுல ஸாமியா... எனக்கு ஸெல்லரிக்கு துங்க... நான் மாஞ்சு மாஞ்சு கிருஷ்ண ஜெயந்திக்கு கால் பாட்டு வராத கடவுள், உங்களுக்கு Call போட்டு பேசறாராக்கும்... பேசறது God இல்லீங்க... எவனோ Fraud... சரி சரி நான் கோயிலுக்கு போயிட்டு வரேன்... நீங்க உங்க கடவுளோட குலாவுங்க... (என்று சொல்லிவிட்டு போனவள் திரும்பி வந்து)... மறந்துட்டேன் (என்று சொல்லி முகவாய் கட்டையை தோள் பட்டையில் இடித்துக் கொண்டு செல்கிறாள்)....

கடவுள்: (சிரித்து) Mannerism மாதிரி இது நான் பெண்களுக்காகப் படைத்த பிரத்யேக Womenerism...

நான்: (ஆச்சரியமாக) கடவுளே என் மனைவி முகவாய் கட்டையை தோள் பட்டைல இடிச்சது உங்களுக்கு எப்படி தெரிஞ்சுது...?

கடவுள்: அதான் பாக்கறேனே...!

நான்: (ஆச்சரியமா) ஸெல்லுல பாக்க முடியுமா...?

கடவுள்: உன்னுது டூப்ளிகேட் ஸெல்... என்னுது அஸெல்...!

நான்: (உரக்க) நீங்க பேசறது சரியா காதுல விழல... ஐ திங்க் சிக்னல் சரியில்ல போலருக்கு...!

கடவுள்: நான் எவ்வளவோ சிக்னல் கொடுக்கறேன்... என்னிக்கு ஒழுங்கா காதுல போட்டுகிட்டீங்க... ஸெல் கெட்ட பிறகு சூரிய நமஸ்காரம்...!

நான்: கடவுளே உங்க பேர் என்ன...?

கடவுள்: படைக்கறச்சே Preபேர்... காக்கறச்சே Repபேர்...

நான்: அழிக்கறச்சே...?

கடவுள்: உம்பேர்...

நான்: உங்களை படைச்சது யாரு... ஐ மீன் அப்பா அம்மா...?

கடவுள்: கிடையாது...!

நான்: அனாதையா...?

ப: கடவுள்அனாதி...!

நான்: ஏன் சாமி... நல்லவங்களை மட்டும் சோதிக்கறே... கெட்டவங்களை வுட்டுடறியே... ஏம்பா...?

கடவுள்: கஜானாவத்தான் சோதிப் பாங்க... காலி டப்பாவையா...!

நான்: கல்கி அவதாரம் ஏன் இன்ன மும் எடுக்கலை...?

கடவுள்: (சோகமாக) அந்த வயத்தெரிச்சலை ஏன் கேக்கறே... அப்பப்ப எடுக்கறேன்... 'கல்யாணம் ஆயி மூணு வருஷம் கூட ஆகல... அதுக்குள்ள நமக்கு குழந்தையா... நாம அனுபவிக்க இன்னும் எவ்வளவோ இருக்கு' அப்படீன்னு சொல்லி கலைச் சுடறாங்களே... கருவிலே கலைகிறார் கல்கி (என்று பெருமூச்சு விட எங்க ஏரியாவுக்கு மட்டும் ரெண்டு நிமிஷம் புயல் வீசுகிறது)...!

நான்: நீங்க ஹிந்துவா... முஸ்லீமா... கிறிஸ்தவரா...?

கடவுள்: மூவருக்கும் சமனம்...!

நான்: இந்த கர்மம், பக்தி, ஞானம்னு மூணு வழிகள் சொல்றாங்களே... அப்படீன்னா...?

கடவுள்: கர்மம் கடமை, பக்தி கண்ணியம், ஞானம் கட்டுப்பாடு...!

நான்: இந்த மும்மூர்த்திகள் யாரு...?

பகடவுள்: தெனாலி ராமன், பீர்பால், முல்லா நஸ்ருதீன்... பகைச்சுவை என்ற சைத்தானை அழிக்க வந்த நகைச்சுவைகள்...!

நான்: சாவு வராம இருக்க என்ன வழி...?

கடவுள்: ஏன், இருந்து மத்தவங்க உசுரை வாங்கறதுக்கா... ஒண்ணு தெரிஞ்சுக்க... சாவு உடம்புக்குத்தான்.. உனக்கில்ல... காருக்குத்தான் ரிப்பேர்.... ஓனருக்கு இல்ல...

நான்: நான் ஓனரா...?

கடவுள்: இல்ல டிரைவர்... ஞானம் வந்தா தன்னால ஓனராயிடுவே...!

நான்: தூக்கம், கனவு இதை பத்தி புரியறாமாதிரி சொல்லுங்களேன்...?

கடவுள்: என்னமோ நனவை பத்தி புரிஞ்சுட்டா மாதிரி கேக்கறே. சரி சொல்றேன்... இப்ப தூக்கத்துல ஒரு கனவு வரது உனக்கு... அது தூங்கறா மாதிரி கனவு...

இப்ப எழுந்துருக்க போறது யாரு... கனவுல தூங்கறவனா...? இல்ல தூங்கறா மாதிரி கனவு காணறவனா...?

நான்: தலை சுத்துது சாமி...!

கடவுள்: கனவு, தூக்கம் ரெண்டுமே ஆகாசப் புளுகு...!

நான்: அப்ப நனவு...?

கடவுள்: அண்டப் புளுகு...!

நான்: எதுக்கும் நேரடியா பதில் சொல்ல மாட்டேங்கறியே...!

கடவுள்: Cellலுல மறைமுகமாத் தானே பேசிகிட்டுருக்கோம்...!

நான்: அப்ப நேர்ல வா...!

கடவுள்: ஓகே... வந்தாச்சு...!

நான்: கண்ணுக்கு நீ தெரியலையே...!

கடவுள்: நீயே உன் கண்ணுக்கு தெரியாதபோது... நான் எப்படி தெரிவேன்...!

நான்: கண்ணாடில பாத்தா தெரிவேனே...!

கடவுள்: அப்ப கண்ணாடில பாரு...!

நான்: (கண்ணாடியில் பார்க்க ஒன்றும் தெரியாமல் அதிர்ந்து)... அய்யோ நான் எங்கே...?

கடவுள்: பயப்படாதே... உன் பிம்பத்தை நான் மறைச்சுண்டுருக்கேன்... நீ மறையப் போற பிம்பம்... நான் மறைக்கற பிரதிபிம்பம்...!

நான்: நீ மந்திரவாதியா...?

கடவுள்: மந்திரத்துக்கு மயங்கும் பிரதிவாதி... நான் உளனெனில் உளன்... இலனெனில் இலன்...!

நான்: ஆத்திகம், நாத்திகம் எது உன்னை அடையறதுக்கு பெஸ்ட்...?

கடவுள்: Naughtyகம்... என்னை அடைய கம்னு கெட... சாட்சி பூர்வமா சும்மா இருத்தலே சு'கம்...!'

நான்: அப்ப நீ எதுக்கு...?

கடவுள்: இதை மொதல்லயே கேட்டுத் தொலைச்சுருக்கறதுதானே... என்னோட Pre Paid Cardஐ வேஸ்ட் பண்ணிட்டியே... எல்லா கடவுளுக்கும் ஒரு வாகனம் உண்டு...

உங்களோட வாகனம் கடவுள்... அது மேல பாரத்தை போட்டுட்டு நிம்மதியா வாழ்க்கைல சவாரி பண்ணுங்க.. உங்களுக்கு நான் கொடுத்த Free Will... Driving...

சத்தியம், தர்மம் இது மாதிரி சிக்னலுக்கு கட்டுப்பட்டு காலத்தை ஒழுங்கா ஓட்டினீங்கன்னா...You Will Reach The Destination With Out Any Accident...

நான்: எப்படி சொல்றே...?

கடவுள்: எல்லாம் ஒரு அனுபவத்துலதான்...!

நான்: அனுபவம்னா...?

கடவுள்: சொல்ல வேண்டாம்னு பாத்தேன்... சொல்லித் தொலைக்கறேன்... நானும் உன்னை மாதிரி மனுஷனா இருந்துதான் கடவுளானேன்... போறுமா...

'மனுஷன் தெய்வ ரூபேண...'

கே: நீங்களும் மேனியில் Six Pack வைத்துக் கொள்வதுதானே...?

ப: இந்த வயதில் நான் அதற்கு ஆசைப்பட்டால், அது 'கண் கெட்ட பிறகு சூர்யாவா' என்றாகிவிடும்...!

23. 12 அங்குலம் பணிவு!

கே: எதிர் காலத்தில் 'பாட்டி வைத்தியம்' என்பதே இல்லாமல் போய் விடுமோ என்று அச்சமாக உள்ளதே...?

ப: Forty ஆனாலே தலைக்கு டை அடித்து, சுடிதார் அணியும் நாகரிகத்தைப் பார்த்தால், எனக்கென்னமோ

எதிர்காலத்தில் பாட்டி என்பதே இல்லா மல் போய்விடும் போலிருக்கிறதே...!

கே: செ, மு, கொ, பெ, டெ இதில் கிரேசிக்கு பிடித்த ஊர் எது...?

ப: எனக்குப் பிடித்த ஊரின் பெயர் 'மை'யில் தொடங்கி 'ர்'ல் முடியும், நடுவில் 'லாப்பூ' என்று வரும்... எப்படி கேள்வி மாதிரியே பதிலையும் சூச கமாகச் சொன்னேன் பாத்தீங்களா...!

கே: 'எதையும் தாங்கும் இதயம்' இன்று யாருக்கு அவசியம் வேண்டும்...?

ப: யாருக்கும் தேவையில்லை.. மனிதன் பிரச்சினைகளை 'பைபாஸ்' செய்யக் கற்று விட்டான்...!

கே: ஏழாவது அறிவு எது...?

ப: ஆறாவது அறிவுக்கு எட்டாத அறிவு ஏழாவது அறிவு...!

கே: லவ்-மேரேஜ்.. அரேஞ்சுடு-மேரேஜ்... எது பெஸ்ட்...?

ப: லவ்-மேரேஜ் பெஸ்ட்... அனை வரும் ஒப்புக் கொள்வதால் அரேஞ்சுடு-மேரேஜ் 'ஆல்-தி-பெஸ்ட்...!'

கே: தாயின் கட்டளை... தாரத்தின் கட்டளை... தாங்கள் எதற்கு அடி பணிவீர்கள்...?

ப: தாயின் கட்டளைக்கு அடி பணிவேன்... தாரத்தின் கட்டளைக்கு அங்குலம்தான் பணிவேன்... பன்னி ரண்டு அங்குலம்...!

கே: ஆணின் காமம்.. பெண்ணின் காமம் என்ன வித்யாசம்...?

ப: காமத்தில் திரிந்த பிறகு 'பால்' ஏது...!

கே: உலகமே நாடக மேடை, அதில் மக்களெல்லாம் நடிகர்கள் என்று ஷேக்ஸ்பியர் சொன்னாராம்... அப்ப கடவுள்கள் யார்...?

ப: வேடிக்கை பார்க்கும் 'GOD' டியன்ஸ்...!

கே: முதுகைப் பார்க்கும் வசதி நம் தலைக்கு தரப்படிருந்தால்...?

ப: துரத்தும் எதிரி நாட்டு மன்னனுக்கு வெவ்வெவ்வே என்று அழகு காட்டிக் கொண்டே, புறமுதுகு காட்டி ஓடலாம்...!

கே: கற்சிலை கடவுள் என்றால்... மனிதன்...?

ப: கல்லுளி மங்கன்...!

கே: தாம்பூலம் சிவக்க என்ன செய்ய வேண்டும்... தாம்பத்யம் சிறக்க என்ன செய்ய வேண்டும்...?

ப: தாம்பூலம் சிவக்க 'சுண்ணாம் போடு' போட வேண்டும்... தாம்பத்யம் சிறக்க அப்பப்போ 'சும்மா அன்போடு' சோப் போட வேண்டும்...!

கே: அறிமுகமில்லாத பெண்ணின் கையை ஆடவன் குலுக்கலாமா...?

ப: அறிமுகம் செய்து கொள்ள அந்தப் பெண்ணே கையை நீட்டினால், 'அறிஆணா' பம்பர் லாட்டரி போல குலுக்கலாம்...!

கே: தை பிறந்தால் யாருக்கு வழி பிறக்கும்...?

ப: மாமன் மகனுக்கு... அத்'தை' பிறந்து, அத்தைக்கு அழகான ஒரு தத்'தை' பிறந்தால், சொத்'தை' மாமன் மகனுக்கு வழி பிறக்கும்...!

கே: முயற்சியே இல்லாமல் கிடைப்பது எது...?

ப: 'கனவு' காணாதீர்கள்...!

கே: வழிகாட்டி, வேதாந்தி, நண்பன் யார்...?

ப: 'ரைட்டுல திரும்பி நேரா போய் லெப்டுல கட் பண்ணா' என்பவன் வழிகாட்டி... 'ரைட்டுல போனா யூ வில் பி லெப்ட் அலோன்... லெப்டுல போனா யூ ஆர் ராங்' என்று குழப்புபவன் வேதாந்தி... போகும் வழி ராங்கா இருந்தாலும், அதை செட்ரைட் செய்பவனே நண்பன்...!

கே: புத்தத் துறவி, இந்துத் துறவி, ஜென் துறவி என்ன வித்தியாசம்...?

ப: கர்மத்தை செய்யாதே என்பார் புத்தத் துறவி... பலனை எதிர்பாராதே என்பார் இந்துத் துறவி... கர்மத்தையே பலனாகப் பார் என்பவர் ஜென் துறவி...!

கே: தமிழ் நாட்டைப் பிரித்து 'கிரேஸி மாநிலம்' அமைத்தால் எப்படி இருக்கும்...?

ப: குலுங்கக் குலுங்க சிரிப்பாய் சிரிக்கும் 'குலுங்கானா...!'

கே: சுய முன்னேற்றத்திற்கு சிறந்த வழி என்னவோ...?

ப: பிறர் முன்னேற்றத்தைப் பாரா திருத்தல்... எனது பள்ளி வாத்தியார் அ. சுப்பிரமணியம் கூறியது இன்னமும் என் காதில் ஒலித்துக் கொண்டிருக்கிறது... தவறு - பிறர்மீது பொறாமைப்படுதல்... தப்பு, பிறர் நம்மைப் பார்த்து பொறா மைப்படும்படி நடத்தல்...!

கே: இறந்தவரின் நெற்றியில் நாணயத்தை வைப்பது ஏன்...?

ப: உயிரை சுமந்த 'பேரர்' உடலுக்கு டிப்ஸ்... இதுநாள் வரை உயிரைக் கொடுத்து சர்வ் செய்த 'சர்வர்'உடலுக்கு டிப்ஸ்... உயிர் போகும் வரை வெயிட் செய்த 'வெயிட்டர்' உடலுக்கு டிப்ஸ்...!

கே: 'நாகராஜன் கையில் கல்கி' என முடியும் படியாக ஒரு வெண்பா இயற்ற முடியுமா...?

'பூட்டிக் கிடந்ததன் வீட்டோட
சாவியை
வேட்டியில் வைத்து முடிந்ததை
Partyயில்
தாகசாந்தி யால்மறந்து தாளுடைத்தான்
செங்'கல்'லால்
நாகராஜன் கையில் 'கல்' Key...!'

கே: பேயைக் கண்டு பயப்படுத லுக்கு 'பாஸ்மோபோபியா' என்று பெயர்... அதுபோல மனைவியைக் கண்டு பயப்படுபவர்களுக்கு என்ன பெயர் வைக்கலாம்...?

ப: மனைவியைக் கண்டு பயப்படு தல் 'போபியா' அல்ல... பலருக்கு அதுதான் பர்மனென்ட் 'Jobயா' ... வேறு சிலர் 'Hobby'யா பயப்படுவது போல நடிப்பார்கள்...!

கே: தலை குனிவது பணிவா...? வெட்கமா...?

ப: ஹைட்-வெயிட் ஜாஸ்தியானா லும் பாரம் தாங்காம தலை குனிவு ஏற்படும்...!

24. 'பொய்க்கால் குதிரை' சவாரி!

கே: இலக்கணம் மீறிய கவிதை ஒன்று கூறுங்களேன்...?

'அப்பாவோ ஆசிரி யப்பா பிறந்ததோ
தப்பா பில்லைத் தமிலாம் -எப்பொலுதும்
வாத்தியார் பில்லையிவன் வாலைப்
பலமென்பான்
தோத்ததே தொல்காப் பியம்...'!

கே: அதிகாலையில் நீங்கள் விரும் பும் ராகம் எது...?

ப: 'ஆ(த்)தி' தாளம் போட்டபடி சுடச்சுட 'காபி' ராகம்...!

கே: தன்னை உணர்ந்து பேசுவ தற்கும், தன்னை மறந்து பேசுவதற்கும் என்ன வித்தியாசம்...?

ப: தன்னை உணர்ந்தவன் பேச்சு போதனை... தன்னை மறந்தவன் பேச்சு போதைனை...!

கே: இறந்தவர்கள் பெயரை எழுதும் போது பெயருக்கு முன்னால் ஏன் 'லேட்' என்று போடுகிறார்கள்...?

ப: இப்ப இருக்கிற சுற்றுப்புற 'பொல்யூஷனுக்கும்' சாப்பிடும் பண்ட 'அடல்டரேஷனுக்கும்' இன்னார் எப்பவோ அன்னார் ஆகியிருக்க வேண்டியது... அதையெல்லாம் மீறி உயிரோடு இருந்து சாதனை படைத்து, 'லேட்டாக' இறந்தவர்களுக்கு கொடுக்கும் பட்டப் பெயர்தான் 'லேட்...' 'பெட்டர் லேட் தான் அவர்...!'

கே: இடி இடிக்கும் போது 'அர்ஜுனா அர்ஜுனா' என்று சொல்வதேன்...!

ப: இடிக்கு காரணமான ஆக்ஷன்கிங், அர்ஜுனனின் தந்தை இந்திரன்... இந்த இந்திரத் தந்தைக்கு 'மகன் சொல் மிக்கதோர் மந்திரமில்லை...!'

கே: வாயு வேகம், மனோ வேகம்... இதைவிட வேகமானது எது...?

ப: சச்சினின் சாதிக்கும் விவேகம்...!

கே: ஆண்டவன், கடவுள், தெய்வம், இறைவன்... ஏன் இத்தனை பெயர்கள்...?

ப: 'ஓ காட்... ப்ளீஸ் ஆன்ஸர் திஸ் கொஸ்சின்...!'

கே: ஒரு மனிதனின் 'தூக்கம்' எப்போது தொலைந்து போகும்...?

ப: செய்த தப்பிலிருந்து தப்பிக்க வழி தேடி 'திருட்டு முழி முழிக்கும்' போது... 'உப்பைத் தின்னவன் தண்ணி குடிப்பான்... தப்பை செய்தவன் தூக்கம் தொலைப்பான்...!'

கே: நினைத்தது கிடைக்கும் வரம் கிடைத்தால், கிரேசி முதலில் நினைப்பது எதுவாக இருக்கும்...?

ப: இப்ப சத்திக்கு இந்தக் கேள்விக்கு பதில் என்னவாக இருக்கும் என்று நினைப்பேன்...!

கே: 'தலை தப்பியது தம்பிரான் புண்ணியம்' என்கிறார்களே... யார் அந்த தம்பிரான்...?

ப: அர்ஜுனன் தலைக்கு கர்ணன் நாகாஸ்திரம் விட்டபோது, கண்ணன் தன் கால்களால் தேரை அழுத்தி கீழே

இறக்க, தலைக்கு வந்தது தலைப் பாகையோடு போச்சு...

கர்ணனின் தம்பி அர்ஜுனன் தம்பிரான்... பலராமனின் தம்பிரான் கண்ணன் காப்பாற்றிய எம்பிரான்...!

கே: கோயில் உண்டியலில் காசு போடுவது, பிச்சைக்காரர்களுக்கு காசு போடுவது.... இவ்விரண்டில் தாங்கள் விரும்பிச் செய்வது எது...?

ப: பசித்த பிச்சைக்காரனுக்கு போடும் காசு அவனுக்கு உணவாகும்... உணவுக்கு மற்றொரு பெயர் உண்டி.... 'ஏழையின் உண்டியில் இறைவனின் உண்டியலக் காண்பேன்...!'

கே: இளமையின் ரகசியம்...?

ப: முதுமையின் அவசியம்...!

கே: முள்ளில் ரோஜா, சிப்பியில் முத்து, சேற்றில் செந்தாமரை, இவை போல் வேறு ஒன்று சொல்லுங்க ளேன்...?

ப: கல்லில் கடவுள்...!

கே: பெண்கள் சேலை கட்டினால் அழகா...? தாவணி கட்டினால் அழகா...?

ப: தாலி கட்டினால்தான் அழகு என்கிறார் பொண்ணைப் பெத்தவர்...!

கே: ராவணனுக்கு தலைவலி வந்தால் என்ன செய்வான்... ஒரு கடி ஜோக் ப்ளீஸ்...?

டாக்டர்: என்ன ராவணா 'ஹெட் ஏக்'கா...?

ராவணன்: இல்லை டாக்டர்... 'ஹெல் தஸ்...!' (பத்து தலையைக் காட்டுகிறான்)...

டாக்டர்: (ராவண கடி தாங்காமல்) அட ராமா! (என்று தனது ஒரு தலையில் அடித்துக் கொள்கிறார்)

கே: செல்போன், மனைவி ஒப்பிட லாமா...?

ப: பேச செல்போன்... பேச்சு கேட்க மனைவி... செல்கள் பல வைத்துக் கொள்ளலாம்; ஆனால் மனைவி ஒன்றுதான்... செல்லில் ரோமிங் உண்டு... மனைவி வந்த பிறகு ரோமிங் தவிர்த்து ஏக பத்தினி 'ராம் கிங்' காக இருக்க வேண்டும்...!

கே: பரமன் பத்து அவதாரங்களோடு நிறுத்திக் கொண்டதேன்...?

ப: அடிக்கடி அவதாரம் எடுத்தால் பரமனையும் நாம் பாமரனாக்கி விடு வோம்... பழகப் பழகப் பரம்பாலும் புளிக்கும்...!

கே: யாருக்கு அடிமையாக இருப் பது பெருமை...?

ப: அடி 'My' என்னும் ஈகோவை

கோடு போட்டு…அப்புறம் பெருமை யோடு எஜமானனாக இருக்கலாம்…!

கே: எது அகந்தை…?

ப: தான் என்னும் அகந்தை, அகம் தைக்கும் Thorn…!

கே: சிறந்த 'விடை' எது..?

ப: பணி 'விடை…!'

கே: தந்தை சொல் கேட்டு மணி முடி துறந்த பீஷ்மர், ராமர், இந்த இருவரில் யார் சிறந்தவர்…?

ப: இவர்கள் இருவரையும் விட 'தந்தை சொல் மிக்க மந்திரமில்லை' என்பதை எடுத்துக் காட்டி சிறந்தவர், ரகு வம்சத்தில் வந்த மன்னன் யயாதியின் மகன் 'புரு…'

தந்தை யயாதியின் வேண்டுகோளுக் கிணங்கி தனது இளமையை அவருக்கு தாரை வார்த்து, பதிலாக அவரது வழுக் கையான வயோதிகத்தைப் பெற்று, தன் 'முடியைத்' துறந்தவன், மகன் 'புரு…' ஆச்சரியம். இதுபோல பார்த்தால் இன்றும் நாம் 'புரு'வத்தை உயர்த்துவது 'புரு'வால்தான்…!

கே: கஞ்சத்தனத்துக்கும், சிக்கனத் துக்கும் என்ன வித்தியாசம்…?

ப: கஞ்சமாய் செலவழிக்காதவன் Miser… கொஞ்சமாய் செலவழித்து சேமிப்பவன் Wiser…!

கே: காதலியாக இருக்கும்போது இனிப்பவள், மனைவியாக மாறியதும் கசப்பது ஏன்…?

ப: காதல் 'வாழ பழமாக' இருந்த வள், கல்யாணத்திற்க்குப் பின் உங்கள் வாழ்க்கையின் ஒரு 'பாகக் காய்' (Better Half) ஆவதால், விருந்தாய் இனித்த காதலி மனைவி என்ற மருந்தாய் கசக்கிறாள்…!

கே: ஆழம் தெரியாத சுரங்கம் காதலா…? காமமா…?

ப: அன்புச் சுரங்கம் காதல்… அதல பாதாளம் காமம்…!

கே: பழைய கேள்விதான்… புதிய பதில் தேவை… எல்லாவற்றையும் இரண்டாகப் படைத்த இறைவன் இதயத்தை மட்டும் ஏன் ஒன்றாகப் படைத்தான்…!

ப: 'மவனே ரெண்டுல ஒண்ணு பாத்துடறேன் பாரு' என்று சொல்வது இதயம்தானே…!

கே: பெண்புத்தி பின் புத்தி என்றால்… ஆண் புத்தி…?

ப: முன் புத்தி… திருமணத்திற்கு முன் புத்தி…!

கே: முருகப் பெருமானிடம் உங் களுக்குப் பிடித்த குணம்…?

ப: குணங்களைக் கடந்த முருகப் பெருமான் நிர்குணம்…வேண்டும் அடியார்கள் குறையை விரைவாகத்

தீர்க்கும் முகம் ஆறுமுகம்... சுட்ட பழமா...? சுடாத பழமா...? என்று கேள்வி கேட்டு பதிலாக ஞானத்தை Quickகாக அளிப்பவன் Quick Gun முருகன்...!

கே: தாங்கள் குதிரை சவாரி செய்ததுண்டா...?

ப: அடியேன் சினிமா சவாரி ஆரம்பித்தது இயக்குனர் சிகரத்தின் 'பொய்க்கால் குதிரையில்...!'

25. பொருள் விளங்கா உருண்டை!

கே: காதலர்களுக்காக கட்டிய சின்னம் 'தாஜ்-மகால்...' கல்யாணம் ஆனவர்களுக்கு...?

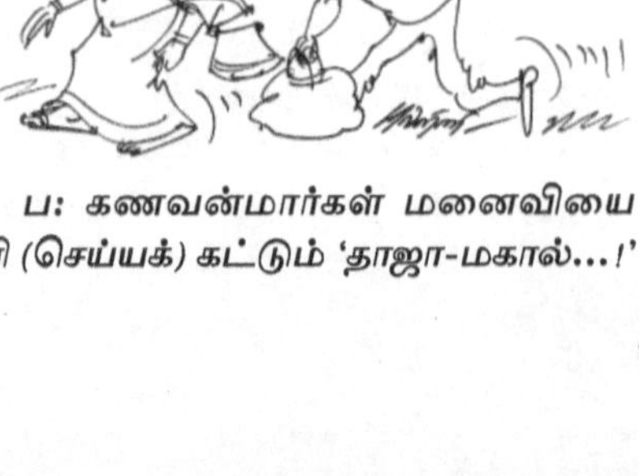

ப: கணவன்மார்கள் மனைவியை சரி (செய்யக்) கட்டும் 'தாஜா-மகால்...!'

கே: மனிதனால் தாங்க முடியாத வலி எது...?

ப: தாங்க முடியாதது எதுவுமே வலிதான்... அது அன்புத் தொல்லையாய் இருந்தாலும் சரி; அடக்கு முறையாய் இருந்தாலும் சரி... உறவு, வரவு இப்படி எதுவுமே அளவுக்கு மீறினால் அவஸ்தையாகும் வலிதான்... இவ்வளவு ஏன்; அளவுக்கு மீறினால் ஆரோக்கியமும் வலிதான்... More Gain More pain...மெல்லிய மயிலிறகு அளவுக்கு அதிகமானால், பாரம் தாங்காமல் வண்டி வலி பொறுக்காது, அச்சை முறித்துக் கொள்ளும்... இந்த வலியைத்தான் வள்ளுவர் 'பீலிபெய் சாகாடும் அச்சு இறும் அப்பண்டம் சால மிகுத்து Pain' என்றார்...!

கே: Elac வாட்டர் ஹீட்டர் விசில் விளம்பரம் வெகு அருமை... சொந்த ஐடியாவா...?

ப: ஹீட்டர் விளம்பரம் என்பதால் 'சுட்டஐடியா' என்று நினைத்து விட்டீர்களா... ஜிலுஜிலுவென இயக்கிய நண்பன் காந்தனின் சொந்த ICEடியா...!

கே: இரவை விட இருட்டான ஒன்று ஏதேனும் உண்டா...?

ப: பஞ்சமா பாதகம் செய்துவிட்டு பூனைபோல சாதுவாக பேசாமல் கம்பென்றிருப்போர் கல் நெஞ்சு 'கம்மிருட்டு...!'

கே: விவாகரத்து என்பது விடு தலையா...? தண்டனையா...?

ப: சிலர் பெயிலில் மாமியார் வீட்டி லிருந்து வெளியே வந்திருக்கிறார்கள்...!

கே: ஆங்கிலத்தில் சின்ன a,b,c,d.... பெரிய A,B,C,D.... இருப்பதுபோல தமிழில் சின்ன அ, ஆ... ஏன் இல்லாது போனது...?

ப: வெள்ளைக்காரர்களுக்கு மற்ற வர்கள் Capitali கைப்பற்றும் மோகம் ஜாஸ்தி... நமக்கு அந்த சின்ன புத்தி கிடையாது...!

கே: சாமியார்களுக்கு சபலம் வரலாமா...?

கானகத்தில் கண்மூடி மோனத்
தவமிருந்தோன்
மேனகையால் மோட்சம்
இழந்தான்காண் - ஞானப்
பழம் நழுவிக் காமத்துப் பாலில் மெய்
சோர்ந்து
விழவைக்கும் மன்மதன் வில்...

கே: மாமியார்கள் வில்லிகளா...? மருமகள்கள் வில்லிகளா...?

ப: சண்டை போட்டுக் கொள்ளும் இருவருமே ஸில்லிகள்... மாமியார் வில்... மருமகள் நாண்... எய்தவர்கள் இருக்க மாட்டிக்கொண்டு முழிக்கும் கணவன் கணையவன்...!

கே: சபரி மலை செல்வோரும், கடவுளை மறுப்போரும் அணியும் கறுப்பு உடை குறித்து...?

ப: ஒன்று கடவுள் விரதம்... மற் றொன்று கடவுள் விரோதம்...!

கே: அடிக்கடி எரிந்து விழுகிறார் களே சிலர்...?

ப: எரிந்து விழுந்தால் அணைத்துப் பிடியுங்கள்... குளிர்ந்து எழுவார்கள்...!

கே: ஊனக்கன்... ஞானக்கண் என்கிறார்களே...கொஞ்சம் விளக்குங்க ளேன் கிரேசி...?

ப: ஊனக்கண்ணுக்கு Spectacle போட்டுக்கணும்... ஞானக்கண் Spectacular கண்...!

கே: வாட்ச்மேன், செக்யூரிட்டி என்ன வித்தியாசம்...?

ப: காதலன் வாட்ச்மேன்... கணவன் செக்யூரிடி...!

கே: உங்கள் வீட்டில் துணி துவைப் பது நீர்தானே...?

ப: சந்தேகமில்லாமல் 'நீர்'தான்...!

கே: உங்களுக்கு பிடித்த தத்துவம்...?

ப: பாதி பிலாஸபி, வாய்ச்சொல் வீரர்களின் 'பீலா'ஸபி...!

கே: மிஸ்டர் கிளீன் என்று யாரைச் சொல்லலாம்...?

ப: சோறு போடுபவர்களை... சுத்தம் சோறு போடும்...!

கே: தீராத விளையாட்டுப் பிள்ளை யார்...?

ப: Batman சச்சின் டெண்டூல்கர்...!

கே: கடலளவு பெரிது காமம் என்கிறார்களே இந்த கிழடுகள்... அந்தக் காமத்தின் மீது அவர்களுக்கு ஏனிந்த கரிசனம்...?

ப: இது கரிசனம் அல்ல... 'சீச்சீ இந்தக் கடல் கரிக்கும்' என்ற கரிச்சனம்...!

கே: நளவெண்பா, கிரேசி வெண்பா ஒப்பிடுக...?

ப: முன்னது புகழேந்தியின் நள பாகம்... பின்னது கையேந்தியின் கிரேசி மோகம்...!

கே: முதுமைப் பருவம் இனிமையானதா...?

ப: முதுமையில் ஏது பருவம்...!

கே: 'பாம்பென்றால் படையும் நடுங்கும்...' 'தம்பி உடையான் படைக்கு அஞ்சான்' இந்த இரண்டு பழமொழிகளையும் இணைத்து ஒரு புது மொழி சொல்ல முடியுமா...?

ப: 'பாம்புத் தம்பியென்றால் படையும் நடுங்கும்...' 'படைக்கும் அண்ணன் பாம்பில் படுக்க அஞ்சான்...' இதுல, அவதார புருஷனான அண்ணன் ராமன் படைக்கும் பெருமாள் மகாவிஷ்ணுவின் அம்சம்... அண்ணன் அஞ்சாமல் துஞ்சுவது ஆதிசேஷன் படுக்கையில்... தம்பி லஷ்மணன் ஆதிசேஷனின் அம்சம்... ராமானுஜர் லஷ்மணனின் அம்சமான உடையவர்... அண்ணன் ராமன் எனக்கு அண்ணல் ராமன்... So, 'அண்ணனையும் அவர் தம்பி உடையவரையும் உடையோன் விடைக்கு அஞ்சான்...!'

கே: பட்டினத்தார் கரும்பு, மன்மதன் கரும்பு... ஒப்பிடுக...?

ப: மன்மதன் கரும்பு மயக்கும் வில்.. பட்டினத்தார் கரும்பு எதற்கும் மயங்காத Will Power இரும்பு... மன்மதன் கரும்பு இகம்... பட்டினத்தார் கரும்பு பரம்... முன்னதில் ரதி ஆட்சி... பின்னதில் கதி மோட்சம்... முளை விடும் மன்மதக் கரும்பு இனிக்கும் விருந்து... முதிர்ந்த பட்டினத்தார் கரும்பு பிறவிப் பிணிக்கு மருந்து...!

கே: சேலை கட்டும் பெண்ணுக்கு வாசம் உண்டா...?

ப: வேட்டி கட்டும் ஆணின் சக'வாசம்...!'

கே: எழுத்துகளை உச்சரிப்பது நாக்கா, வாயா...?

ப: இந்த சந்தேகம் வரலாமா...!

அனா, ஆவன்னா, இனா, ஈயன்னா... இப்படி எல்லா எழுத்துகளும் 'நா'வில் தான் முடிகிறது...!

கே: கடவுளைக் 'கண்டவர் விண்டிலர், விண்டவர் கண்டிலர்' என்பதன் பொருள் விளங்கவில்லையே...?

ப: பொருள் விளங்காய் உருண்டை போல கடவுள் ஒரு பரம்பொருள் விளங்கா உருண்டை... அதைக் கண்டவர் உடைத்து விண்டிலர்...விண்டவர் வாயால் உண்டிலர்..!

கே: விதி, வீதி ஒப்பிட முடியுமா...?

ப: விதிக்கு கொம்பு முளைத்தால் நம்மை நடு வீதியில் நிறுத்தும்...!

கே: காலை எழுந்தவுடன் படிப்பு... பின்பு கனிவு கொடுக்கும் நல்ல பாட்டு... நீங்க எப்படி...?

காலை எழுந்திருக்க lazy அதனால்
காலை நீட்டிப் படு Easy
மாலையில் மேடை ராசிஎன்று
வழக்கப் படுத்திக் கொண்ட Crazy...!

கே: சூர்ப்பனகைக்கு ரன்னிங் நோஸ் பிரச்சினை வந்தால் எப்படி சமாளிப்பாள்...?

ப: லஷ்மணனால் மூக்கு சீவப்பட்ட சூர்ப்பனகை, Sharp பனகை ஆவாள்... ரன்னிங்நோஸுடன் ராவணனை நோக்கி மூக்கால் அழுதபடி ரன்னிங்ரேஸ் ஓடுவாள்...!

கே: மீன் தூங்குமா...? பகலிலா...? இரவிலா...?

ப: பகலில் தூங்கும் விண்மீன்... இரவில் தூங்கும் விழிமீன்... வேலை செய்யாமல் இரவும் பகலும் தூங்கினால் 'selFISH...!'

26. காதல் மலைப்பு!

கே: உங்களுக்குப் பிடித்த குறள்...?

ப: வெற்றிலை சீவல் போடும் எனக்கு பிடித்த குறள் 'துப்பார்க்கு துப்பாய துப்பாக்கித்...' என்று துவங்கும் குறள்... கேட்டதால் வந்த குறள்...

'துப்பாதான் தொப்பைக்கு தப்பாம் புகையிலை
துப்புரவாய் துப்பித் தொலை...!'

கே: காந்தி மீண்டும் பிறந்தால்...?

ப: ஆட்டுப் பாலைத் தவிப்பார்... காரணம் Goatஸே...!

கே: ஆண்கள் அடங்குவது தலையணை மந்திரத்திற்கு... பெண்கள் அடங்குவது...?

ப: அந்தத் தலையணை மந்திரத்தை உபதேசிக்கும்போது மட்டும்...!

கே: ஊரான் பிள்ளையை ஊட்டி வளர்த்தால், தன் பிள்ளை தானே வளருமா...?

ப: தன் பிள்ளையைத் தான் வளர்க்காது, ஊரான் பிள்ளையை ஊட்டி வளர்த்துக் கொண்டிருந்தால், தன்னை கவனிக்காத 'தன்' பிள்ளை கோபித்து வீட்டை விட்டு ஓடிப்போய் 'தென்பாண்டி சீமையிலே' பாடி 'தானே' வளரும்...!

கே: கிரேசி நீங்க ஏன் எப்பவும் 'சாண்ட்ரோ' கார்லதான் போறீங்க... பெரிய கார் எப்ப வாங்கப் போறீங்க...?

ப: ஆட்டுக்கு வாலை அளந்து வச்சா மாதிரி, என் வீட்டுக்கு Walli அளந்து வச்சுட்டாங்க... சின்ன 'சாண்ட்ரோ' கார்தான் கொள்ளும்... பெரிய கார் வாங்கினா, கார்ல வீட்டைப் பார்க் செய்துவிட்டு, நாங்க கார்லதான் குடியிருக்கணும்...!

கே: கொசுவுக்கும், மனைவிக்கும் என்ன ஒற்றுமை...?

ப: கொசு மெய்யைக் கடிக்கும்... கொசுவம் கையைக் கடிக்கும்... மனைவிக்கு ஆரம்பம் First Night... கொசுவுக்கு முடிவு Good Night...!

கே: மௌனத்தின் மொழி என்னவோ...?

ப: சங்கட மௌனமாயிருந்தால் Worryயா... சம்மத மௌனமாயிருந்தால் சரிய்யா...!

கே: தங்கம் மட்டும் கண்டு பிடிக்கப் படாமலிருந்தால்...?

ப: ஓல்ட் ஈஸ் ஓல்டாகவே இருக்கும்... எனது கோயம்புத்தூர் பெரியம்மாவுக்கு பிளாட்டினம் என்று பெயரிட்டுருப்பார்கள்...!

கே: போதை வஸ்துக்களை தேவர்களும் உபயோகப்படுத்திய தாக புராணங்கள் கூறுகிறதே...?

ப: இது எனக்கு நீங்க சொல்லித்தான் 'தெரிய புராணம்...' ஆனால் போதையால் தேவர்களுக்கு Hang Over வராது... அவங்க ஏற்கனவே வானில் Hanging Over...!

கே: பிற மொழிக் கலப்பின்றி ஒரு வாசகம் சொல்ல முடியுமா...?

ப: நீங்கள் சொன்ன வாசகமே வடமொழி யாசகம்...!

கே: அநாமதேய கடிதத்திற்கு 'மொட்டை கடுதாசு' என்ற பெயர் எப்படி வந்தது...?

ப: 'உன் குடுமி என் கையில்' என்று மிரட்டுபவர்களிடம், குடுமியைக் கொடுத்த நாம் மொட்டையாகிறோம்... நாம் பதிலுக்கு அவர்களை மிரட்டி எழுதும் கடுதாசு மொட்டைக் கடுதாசு...!

கே: தாய்க்குப் பின் தாரம்... தாரத்திற்குப் பின்...?

ப: சந்தேகமே வேண்டாம்... வேறு யார்...? கைகட்டி வாய்பொத்தி நிற்கும் நாம்தான்...!

கே: பேனாவுக்கு வாயிருந்தால்...? உங்கள் கையில் இருக்கும் பேனா பேசினால் என்ன பேசும்...?

ப: பேனாவுக்கு வாயிருந்தால்

பேனாவாய் இருக்கும்... 'என்னை ஒதுக்கிவிட்டு சக்களத்தி கம்ப்யூட்டரை செட்அப் செய்து விட்டாயே' என்று இங்க் விட்டு அழுது புலம்பி என்னை 'மசி'ய வைக்கப் பார்க்கும்...!

கே: சுட்டுப் போட்டாலும் சிரிக்க மாட்டேன் என்பவர்களை என்ன செய்யலாம்...?

ப: நிக்க வச்சு சுடலாம்... குறி தப்பினால் சிரிப்பார்கள்...!

கே: வியப்புக்கும், மலைப்புக்கும் என்ன வித்தியாசம்...?

ப: காதலிக்காக கட்டிய தாஜ்மஹால் வியப்பு... கட்டிய காதலன் ஷாஜஹானின் காதல் மலைப்பு...!

கே: நாகேஷ் விட்டுச் சென்ற வெற்றிடத்தை யாராலும் நிரப்ப முடியவில்லையே...?

ப: நாகேஷ் சார் விட்டுச் சென்றது வெற்றிடமல்ல, வெற்றிஇடம்... நகைச்சுவை விளைநிலம்... வேளாண்மை தெரிந்தவர்கள் பயிரிட்டுப் பயன் பெறலாம்...!

கே: தங்கள் மனம் கவர்ந்த எழுத்தாளர்கள் யார் யார்...?

ப: என் மனம் கவர்ந்தவர்கள் எல்லோருமே எழுத்தாளர்கள்தான்... எமக்குத் தொழில் எழுத்தை நேசித்தல்...!

கே: கம்பத்தைக் கடந்து செல்கையில் என்னுடைய ஞாபகம் ஏற்பட்டால்...?

ப: 'கம்பத்தில்' மோதிக் கொள்வேன்...!

கே: நிறைய மச்சம் இருக்கும் என் காதலிக்கு ஒரு செல்லப் பெயர் சொல்லுங்களேன்...?

ப: நீங்கள் எதிர்பார்ப்பது மச்ச கன்னிகை... அது பழசு... Fe 'mole' என்று புது செல்லத்துடன் கூப்பிடுங்கள்...!

கே: காதலி தேவதையென்றால்.... மனைவி...?

ப: மனைவியும் தேவதைதான்... மைனஸ் சிறகு...!

கே: உங்களை மகிழ்விக்கும் பட்டம்...?

ப: 'காத்தாடி' ராமமூர்த்தி...!

கே: இந்த வயதிலும் உடலை கச்சிதமாக வைத்திருக்கிறீர்களே...?

ப: வாக்கிங்கால் கச்சிதம்... இல்லையேல் 'கனகச்சிதம்...!'

27. ஏழாம் சுவை!

கே: மனிதனிடம் இருக்கும் மகத்தான சக்தி எது...?

ப: மெமரி... எவ்வளவோ சக்திகள் இருந்தாலும் மெமரியைத்தான் ஞாபகசக்தி என்கிறோம்... மற்ற சக்தி

களை மறக்காமல் இருக்க ஞாபக சக்தியைத்தான் நம்ப வேண்டும...!

கே: மனித மனத்தை எதனுடன் ஒப்பிடலாம்...?

ப: எதையும், எப்போதும் ஒப்பிட்டுப் பார்க்கும் மனதுக்கு, உவமானம் சொல்வது திருடன் கையில் சாவி கொடுப்பதற்கு ஒப்பாகும்...!

கே: ஆண்கள் கிரிக்கெட், பெண்கள் கிரிக்கெட்.. என்ன வித்தியாசம்...?

ப: பெண்கள் ஆடும்போது, உற்சாகப்படுத்த 'சியர்லீடர்களாக' ஆண்கள் ஆடினால் நீங்கள் கேட்டபடி வித்தியாசமாக இருக்கும்...!

கே: அறுசுவையை மிஞ்சிய ஏழாவது சுவை எது...?

ப: இனிப்பு, கசப்பு, புளிப்பு, துவர்ப்பு, உரப்பு, உவர்ப்பு இப்படி அறுசுவையை அனுபவித்து விட்டு வருவது போதும் என்ற ஏகாந்த 'அலுப்பு...' இந்த அலுப்பால் வரும் 'ஆசை அறுமின் ஆசை அறுமின் அறுசுவையாயினும் ஆசை அறுமின்' ஞானம்... ஞானிகளின் வாக்கைக் கேட்கும் 'செவிச்சுவையே' ஏழாவது சுவை...

இதைத்தான் திருவள்ளுவரும்...

'செவியின் சுவை உணரா வாய் உணர்வின் மாக்கள்-
அவியினும் வாழினும் என்' என்பார்...!

கே: கிரேசி நீங்க ஆவி, பேய், பிசாசு, பூதம் இத்யாதிகளைப் பார்த்ததுண்டோ...?

ப: பேயோடு ஒரு பே(ய்)ட்டி

என்னமோ 'ஏன் கிரேசி நீ குத்தாலத்துல குளித்ததுண்டோ?' என்பது போல காஷுவலாகக் கேட்கிறீர்களே... 'திக் திக்கென்று' ஒரு திக்கு தெரியாத வீட்டில், திக்கித்திக்கி ஒரு பேயை பேட்டி எடுத்த அனுபவம் அடியேனுக்கு உண்டு... நான் 'ஆவி'யில் பணிபுரிந்து கொண்டிருந்தபோது (பயப்படாதீங்க 'ஆவி'னா ஆனந்த விகடன்)

அப்போதைய இணையாசிரியர் 'ஹாய் மதன்' திடீரென்று ஒருநாள் 'பேய் மதனாக' மாறி, என்னைக் கூப்பிட்டு இந்த க்ஷணம் 'பேயோ, பிசாசோ, பூதமோ அட்லீஸ்ட் குட்டிச் சாத்தான்' இப்படி ஏதாவது ஒன்றை 'பேய்ட்டி' ஸாரி பேட்டி எடுத்து வருமாறு கட்டளையிட்டார்... இல்லாவிட்டால் அந்த மாதப் 'பேயை (Pay)' குறைத்து விடுவதாக பூச்சாண்டி காட்டினார்... 'பேய் பயம் ப்ளஸ் பேட்டி எடுக்க பேய்க்கு எங்கே போவேன்' என்ற குழப்பத்தில் நான் பேய் முழி முழித்தேன்... 'மோகன்... திருவல்லிக்கேணி பேயாழ்வார் சன்னிதி தெருல 'வேதாள விலாஸ்'னு ஒரு பங்களா இருக்கு... அங்க பேய். பிசாசு உலவறதா ஐதீகம்.... நீ வேணா அங்க பேய் ஸாரி அங்க போய் ட்ரை பண்ணி பாரேன்' என்று வயிற்றில் கள்ளிப் பாலை வார்த்தார் என் தந்தையார்...

திருவல்லிக்கேணி 'வேதாள விலாஸ்', பார்ப்பதற்கு கட்டும்போதே பாழடைந்த பங்களாவாக கட்டியது போல புத்தம் புதுசாக இருந்தது... வாசல் சுவரில் காலிங்பெல்.

இருக்கும் உசரத்தில் காலில்லாமல் குந்தியிருந்தவரை வெலவெலத்துப் பார்த்து 'நீங்கள்யார்' என்று கேட்ட போது, நபும்சகத்தனமாக என்னைப் பார்த்து நகைத்துவிட்டு 'நான்தான் காலிங் பெல், அதாவது எம் பேர் மணி... என்னை அடியுங்க' என்றார்... நான் தயங்க, அவர் தன் கன்னத்தில் தானே பேய் அறை அறைந்து கொள்ள, வீட்டிற்குள் மணி அடிக்கும் சத்தம் வெளியே கோயில் மணி சத்தம் போல் கேட்டது... அப்போது 'காற்று வர கதவு திறந்தது...' உள்ளே அந்தரத்தில் இரண்டு குட்டிப் பிசாசுகள்

பிரும்மாண்டமான காரம்- போர்டில் கிரிக்கெட் விளையாடிக் கொண்டிருந்தார்கள்... என்னைப் பார்த்ததும் அவை இரண்டும் 'அப்பா டேய்... உன்னை பாக்க யாரோ மனுஷன் வந்துருக்கான்டா' என்று ரகசியமாக கூச்சலிட்டு விட்டு, காரம் போர்டை மடித்து சுருட்டி வாயில் சூயிங்கம் போல் போட்டுக் கொண்டு, மென்று விட்டு Mrfபலூன் சைசுக்கு விட்ட பப்பிள் வெடிக்க அதிலிருந்து 'அப்பாபேய்' குதித்து வந்தார்...

வந்தவர் பார்ப்பதற்கு 'வைகை, பாண்டியன் எக்ஸ்பிரஸ்சில் ஜன்னல் வெளியே தலை நீட்டிக் கொண்டு வந்தவர்போல' பரட்டையான அவர் ஹேர்ஸ்டைல் என்னை மயிர் கூச்செறிய வைத்தது... அடர்த்தியாக இணைந்த அவரது புருவங்களைப் பார்க்கும் போது அவரது 'கிராப்பு' புருவத்திலிருந்தே ஆரம்பமாகிறதோ என்று என் மயிர்காலில் புல்லரிக்க வைத்தது... இரண்டு காதுகளிலும் 'கறிவேப்பிலை கொத்தாக' முடிகள்... வந்தது அவரா? இல்லை அவரது நிழலா என்று சந்தேகப்படும் அளவிற்கு அவருக்கு தீபாவளி லேகியம் கலரில் மேனி... கைகுலுக்க தனது இல்லாத கையை என்னை நோக்க நீட்டி 'ஹலோ ஹவ் ஆர் யூ' என்றார்... நான் தயங்குவதைப் பார்த்தவர், தனது இல்லாத கையால் எனது கால்களைப் பிடித்து அசுரத்தனமாக குலுக்கி விட்டு, அப்படியே என்னை அலாக்காக தூக்கிக் கொண்டு அந்தரத்தில் போய் அமர்ந்தார்... உத்தரத்தில் ஓடிய 'டைனாசர்ஸ் சைஸ்' பல்லிகளைப் பார்த்து நான் பயப்பட, அவர் 'பயப்படாதீங்க அதெல்லாம் செத்துப் போன பஞ்சாங்க பல்லிகள்' என்று சொல்லி 'சூ போ' என்று விரட்ட, அந்த பல்லிகள் கெட்ட பலனைப் பார்ப்பது போல என்னைப் பார்த்துவிட்டு எழுந்து நின்று நடந்து போயின... 'பல்லி நடக்குமா?' என்று நான் கேட்க உடனே அவர் அப்பல்லிகளைப் பார்த்துக் கண்ணடிக்க அந்தப் பல்லி பெல்லி டான்ஸ் ஆடிக்காட்டியது... 'பேட்டியை ஆரம்பிக்கலாமா' என்று நான் கேட்க, வேலைக்காரி பேய் 'கிலியம்மா' வந்து 'ஒரு நிமிஷம் பெருக்கிடறேன்' என்று

சொல்லிவிட்டு, நாங்கள் அமர்ந்திருந்த அந்தரத்தை துடைப்புக் கட்டையால் அடித்து பெருக்க 'அய்யோ வலிக்குதே' என்று கூச்சலிட்டபடி அங்கு இரைந்து கிடந்த பேய்பிசாசுகள் எழுந்து ஓடின... பேட்டி ஆரம்பமாயிற்று...

நான் : (பேனாவும் நானும் உதறியபடி) என் Lifeல நான் பேட்டி எடுக்கற மொதல் பேய் நீங்கதான்...!

பேய் : (ஆயிரம் பேர் கோரஸாக சிரித்தால் வரும் சத்தத்தில் சிரித்து விட்டு) என் Deathக்கு அப்புறம் நான் பேட்டி கொடுக்கற மொதல் மனுஷன் நீங்கதான்...!

நான் : உங்க பேர்...?

பேய் : பூதம்...!

நான் : நீங்க அப்ப பேய் இல்லியா...?

பேய் : உசிரோட இருக்கறச்சே எம் பேர் மாத்ருபூதம்... இப்ப நான் பேய்... Funeralogy பிரகாரம் என் பேரை பூதம்னு சுருக்கிக்கிட் டேன்...!

நான் : மிஸ்டர் பூதம் நீங்க எப்படி பேயானீங்க...? ஐ மீன் செத்தீங்க...?

பேய் : பழத்தால என் உசிர் போயிடிச்சு...!

நான் : (வெகுளியாக) பலாப் பழத்தை அப்படியே முழுங்கிட்டீங்களா...?

பேய் : வாழப்பழம்... பழம் நழுவி பால்ல விழும்பாங்க... நான் பழத்துல வழுக்கி நழுவி பால் வண்டிக்கு அடில விழுந்து செத்துட்டேன்...!

நான் : என்ன வாழப்பழம்...?

பேய் : நான் சாப்பிட்டது பேயன் பழம்.. (அப்போது வெள்ளைப் புடவை யில் தலை நிறைய கறுப்பு மல்லிகைப் பூ வைத்துக்கொண்டு ஒருத்தி பிரசன்னமானாள்)

பேய் : மீட் மை மனைவி... அப்ப பேர் கருப்பாயி...செத்த பிறகு தன் பேரை காத்துக் கருப்பாயின்னு மாத்திக்கிட்டா...! (அவள் காதில் விழும் அளவுக்கு ரகசியமாக என் காதில்) உசிரோட இருக்கச்சே என் உசிரை வாங்கினா... இப்ப செத்து வந்து என்னை சாவடிக்கறா...!

மனைவி பேய் : ஆமாம் கோள் மூட்டற முகரையைப் பாரு... உசிரோட இருக்கச்சே 'பெசன்ட் நகர்' பீச்சுக்கு அழைச்சுகிட்டு போங்கன்னு எவ்வளவு தடவை கேட்டேன்... அப்ப ஆபீஸ் ஆபீஸ்னு பேயா அலைஞ்சீங்க... அட்லீஸ்ட் இப்பவானா ஜாலியா சுடுகாடு, பெசன்ட்நகர் சிமெட்ரி அழைச்சுகிட்டு போறீங்களா... உங்களை கட்டிக்கிட்டு நான் என்ன சுகத்தை கண்டேன்... (என்று சொல்லி ராத்திரி ராத்திரியாக அழுதாள்... உசுரோட இருந்தாத்தானே மாலை மாலையா அழமுடியும்)... (அப்போது அங்கு சுடச்சுட ஒரு கொள்ளிவாய்ப் பிசாசு வந்தது.)

கொள்ளி வாய் பிசாசு : இவன் மூஞ்சிக்கு என்னடி குறைச்சல்... ஒண்ணு தெரிஞ்சுக் கோ... 'பேயானாலும் புருஷன்னு' பழமொழியே இருக்கு

பேய் : அம்மா... ப்ளீஸ் பழம் சொல்லாதீங்க... பழத்தாலதான் நான் பேயாயிட்டேன்...!

நான் : இவங்க யாரு...?

மனைவி பேய் : என்னோட மாமியார் கொள்ளி வாய் பிசாசு...! அம்மா நீங்க ஒண்ணும் உங்க புள்ளையை சப்போர்ட் பண்ண வேணாம்...!

மாமியார் கொள்ளி வாய் பிசாசு : அப்படித்தான் பண்ணுவேன்... ஆயிரம் சொன்னாலும் 'பேய்க்கு தன் குஞ்சு வேப்பமர பிஞ்சு' தெரிஞ்சுக்கோ...! (என்று சொல்லி மருமகளை நோக்கி AK47 வேகத்துல நெருப்பைக் கக்க, பதிலுக்கு மருமகள் பேய் தண்ணீரை வீச மா.கொ.பி. அணைந்து மறைந்தது)

பேய் : சேச்சேசே... மண்டையை போட்டதுக்கு அப்புறமும் இந்த மாமியார்-மாட்டு பொண் சண்டையை நிறுத்த மாட்டேங்க நீங்களே... (எழுந்து) நான் போய் அப்புறம் முருங்க மரத் துல தூக்கு போட்டிகிட்டு தற்கொலை பண்ணிப்பேன்... ஆமாம்... (என்னைப் பார்த்து) நீங்க பேட்டியை தொடருங்க சார்...

நான் : இதுக்கு முன்னாடி நீங்க என்னவா இருந்தீங்க...?

பேய் : உசிரோட இருந்தேன்...!

நான் : அதில்ல பேய் சார்... எங்க வொர்க் பண்ணிகிட்டு இருந்தீங்க...?

பேய் : 'திகிலன்'ங்கற புனைபெயர்ல பேய்க் கதைகள் எழுதுவாரே... அவருக்கு 'கோஸ்ட்ரைட்டரா' இருந்தேன்...!
(அப்போது அவர் மனைவி பேய் காப்பி கொண்டு வந்து தந்து விட்டு)

மனைவி பேய் : அம்மா ப்ளீஸ்... வேணாம் போயிடுங்க... (என்று மிரட்ட.... காப்பியில் ஒளிந்து கொண்டிருந்த மாமியார் பேய் ஆவி பறக்க ஓடினாள்)

நான் : (நோட்ஸ் எடுத்த என் பேனாவில் இங்க் தீர்ந்து போய் விட்டதால்) இங்க் இருக்குமா உங்ககிட்ட...?

பேய் : ரெட்இங்க் பரவால்லையா... (என்று கேட்டுவிட்டு உள்ளே பார்த்து) RK இங்க் வா... (என்று கூப்பிட RK வந்தார்)...

நான் : (நெர்வஸ்ஸாக) யாரிவர் RK...?

பேய் : எம் மச்சான்... RK ரத்தக் காட்டேரி... RK சாருக்கு ரெட்இங்க் கக்கு... (என்று சொல்ல RK... என் பேனாவை வாங்கி அதில் ரத்தத்தை ரொப்பிக் கொடுத்தார்)

நான் : (நடுங்கியபடி பேனாவை வாங்கி) மத்தியான வேளைல நீங்க என்ன பண்ணுவீங்க...?

பேய் : பேய்த் தூக்கம் போடுவோம்...! ராத்திரி யாரானும் தனியா வந்தா அவனை பிடிச்சுப்போம்...!

நான் : இன்னிக்கு யாரை புடிக்கறதா உத்தேசம்...?

பேய் : கும்பிடப் போன மனுஷன் குறுக்கே வந்தா மாதிரி அதான் நீங்க வந்துட்டீங்களே...!

மச்சான்
பேய் : மாமோய்... இவருக்கு இங்க் போட்டதுல எனக்கு ரத்த சோகையா இருக்கு...!

பேய் : சரி... அப்ப நீ மொதல்ல இவர்கிட்ட ரத்ததை உறிஞ்சுக்க.. அப்பால நான் இவரை புடிச்சுக்கறேன்...!

மனைவி
பேய் : (வந்து என் கையைப் பிடித்து) என்னை சுடுகாட்டுக்கு அழைச்சுகிட்டு போய் சுத்திக் காட்டுங்க ப்ளீஸ்....!

(அப்போது அங்கு ஒரு கோணவாய்ப் பாட்டி பிசாசு வந்து)

கோ.வா.
பி. : டேய் பேராண்டி.... டாக்டர் பேயைப் பாத்தேன்... பாரிச வாயுல செத்ததால என் வாய் கோண வாயா ஆயிடுச்சாம்... உசிரோட இருக்கற மனுஷனுக்கு உம்மா கொடுத்தா சரியா போயிடுங்கறார்... கதவை தட்டிட்டு உள்ள நுழைஞ்சா என் அதிர்ஷ்டம் (என்னைக்காட்டி) காத்துகிட்டுருக்கு... ஒரே ஒரு உம்மா கண்ணா... (என்று என் அருகில் கோ.வா.பி. பாட்டி நெருங்க... என் ரத்தத்தை உறிஞ்ச RKP அணுக... மனைவி பேய் என்னைக் கையைப் பிடித்து வலிக்க... மாமியார் கொ.வா.பி என்னை சுடச்சுட நெருங்க... நான் 'வல்ல பேய்கள் வாலாட்டிக பூதம்... அல்லல் படுத்தும் அடங்கா முனிகள்' என்று கந்தர் சஷ்டி கவசத்தை சொல்ல... யாரோ என்னை உலுக்க... எழுந்து பார்த்தால் படுக்கையில் நான்... பக்கத்தில் என் மனைவி... அத்தனையும் கனவு... ஆமென்... ஸாரி... ஓமன்...!

கே: பிள்ளையாருக்கு கொழுக் கட்டை படைத்தால் எப்படி வாசம் பிடிப்பார்...?

ப: வினாயருக்கு பிடித்த வாசம் நீங்கள் கடைபிடிக்கும் உப 'வாசம்...!'

கே: கண்ணுக்குள் 'பாப்பா' போனது எப்படி....?

ப: பாப்பா 'Eyes Cream' சாப்பிடும் ஆசையில் போயிருக்கும்...!

28. ஆயிரத்தில் ஒருவர்!

கே: ஐ.பி.எல். மேட்ச், மெகா சீரி யல் ஒப்பிடுக...?

ப: ஐ.பி.எல் மேட்ச் Cheer Leader... மெகா சீரியல் Tear Leader...!

கே: கடவுளின் வீடு எங்கு உள்ளது...?

ப: நேர போனா வரும்... கண்டு பிடிக்க முடியலேன்னா, எந்த குழந்தை யைக் கேட்டாலும் வழி சொல்லும்...!

கே: உங்களிடம் இருப்பது என்ன மாடல் கார்...?

ப: என்னுடைய மாடல் 'ஐயங்கார்...' என் காரின் மாடல் 'ஐ-டென்-கார்...!'

கே: வானுக்கு அழகு நிலவா...? நட்சத்திரங்களா...?

ப: பௌர்ணமியில் நிலவு... அம்மா வாசையில் நட்சத்திரங்கள்...!

கே: சகிப்புத் தன்மை எது வரை இருக்கலாம்...?

ப: சகிப்பவன்தான் சுகிப்பான்... சுகி சிவம்... சகி சக்தி...!

கே: மனித வாழ்வில் மரணம் என்பது முற்றுப் புள்ளியா...?

ப: மரணம் Full Stop அல்ல... அடுத்த ஊருக்கு Bus Stop... இந்த வாழ்க்கை போதும் 'பஸ்' என்று இந்தியில் நிறுத்திக் கொள்ளும் ஸ்டாப்...!

கே: Foot World, Food World என்பதை தமிழில் எழுதினால் வித்தியாசம் தெரிய வில்லையே... உச்சரிப்பு வித்தியாசம் தெரிய ஒரு வழி சொல்லுங்களேன்...?

ப: பாத-உலகம், சாத-உலகம் என்று எழுதிவிட்டுப் போங்களேன்...!

கே: கவிதை அரங்கேறும் நேரம் எது...?

ப: ஒத்திகை இல்லாமல் அரங் கேறும் ஒரே நிகழ்ச்சி கவிதை... இன்னும் சொல்லப் போனால் கவிதை நம்மை அரங்கேற்றுகிறது...!

கே: விளையாட்டு சமாச்சாரங்களில் நீங்கள் எப்படி... ஹீரோவா...? ஜீரோவா...?

ப: தீப்பிடித்து எரிந்தாலும் டிவியில் ஐபிஎல் பார்க்கும் மன்னன் நீரோ...!

கே: ஆய கலைகள் அறுபத்தி நான்கினையும் அறிந்தவர்கள் இருக்கி றார்களா...?

ப: இருப்பார்கள்... நமக்குத் தெரிய வில்லை... காரணம் அறுபத்தி நான்கில் ஒன்று 'அடக்கம்...!'

கே: எது உண்மை... எது பொய்...?

ப: உன் MY தான் உண்மை... மற்றபடி எல்லாமே இல் LIE....!

கே: உணவு எப்போது மருந்தாகி றது... எப்போது விஷமாகிறது...?

ப: ஐயமிட்டு உண்டால் மருந்து... மற்றவர்கள் நாம் கொட்டிக் கொள் வதைப் பார்த்துவிடப் போகிறார்களே என்று, மறைந்து 'ஐயத்தோடு உண்டால்' விஷம்...!

கே: காதலில் தோற்றால் 'தாடி வளர்ப்பது' என்பது எந்த நூற்றாண்டில் தோன்றியிருக்கும்...?

ப: Beard தோன்றி Blade தோன்றா காலத்தில், ரோமியோக்கள் எல்லாம் முகத்தில் 'ரோம்' யோக்களாக இருந் திருப்பார்கள்...!

கே: கிரேசியைக் கவர்ந்த 'சாமியார்' யார்...?

ப: பாக்கியம் ராம'சாமியார்...' சிரித் திடு சீஸேம் சொல்லி, இவர் வீட்டுக் 'கதவைத் திற... காமெடி வரும்...!'

கே: 'பெருசுகளை' ஜாம்பவான் என்று சொல்வது ஏன்...?

ப: தன் பலம் தெரியாது தம்மாத் தூண்டாக இருந்த அனுமனை உற்ச ாகப்படுத்தி, விஸ்வரூப 'பெரு சாக்கிய' ஜாம்பவான் பெருசுதானே... ஜாம்பவானால் பெருசாகி கடல் தாண் டிய அனுமான் Jumpபவான் ஆனார்...!

கே: 'இடுக்கண் வருங்கால் நகுக' சொன்ன வள்ளுவருக்கு வாழ்க்கையில் துன்பமே வந்திருக்காதா...?

ப: துன்பத்துக்கு காரணம் பகை... பகை வருவது கோபத்தால்... கோபத்தால் இழப்பது நகையும், உவகையும்... 'நகையும் உவகையம் கொல்லும் சினத்தின் பகையும் உளவோ பிற' என்று குறளெழுப்பிய வள்ளுவருக்கு துன்பம் எப்படி வரும்... வள்ளுவள்ளென்று குரலெழுப்பவருக்குத்தான் துன்பம்...!

கே: பரதன் அயோத்திக்குத்தான் மன்னனாக முடி சூட்டப்பட்டான்... அயோத்தியில் கடல் கிடையாது... இந் நிலையில் 'ஆதிசூழ் உலகமெல்லாம் பரதனே ஆள' என கம்பர் கூறியது ஏற்புடையதுதானா...?

ப: அயோத்தியைத் தலைநகராகக் கொண்டு ஆழி சூழ் பரத கண்டத்தை தன் மகன் பரதன் ஆள வேண்டும் என்று கைகேகியின் விருப்பத்தைக் கம்பர் கூறியுள்ளார்... மேலும் 'ஆழி' என்றால் சக்கரம்... ரத சக்கரம் செல்லுமிட மெல்லாம் பரதன் சக்கரவர்த்தியாக வேண்டுமென்பதை கம்பர் சொல்லா மல் சொல்கிறார்...

இன்னும் ஒருபடி மேலே போனால், மகாவிஷ்ணு ராமராக வந்ததுபோல அவருடைய 'சக்கரத்தாழ்வார்தான்' பரதனாக அவதரித்தார் என்ற விவரத்தையும் மறைபொருளாக வைத்திருக்கிறார் கம்பர்... 'கம்பன் ஏமாற்றான்...!'

கே: மனைவிக்கு பயப்படும் கண வன்மார்களின் பயத்தை எப்படி தெளிய வைப்பது...?

ப: தூங்குவது போல நடிப்பவர்களை எழுப்புவது கஷ்டம்...!

கே: மனம் ஒரு குரங்கு என்கிறார் களே...அப்படி யென்றால் மூளை...?

ப: குரங்கு கையில் பூ-மூளை...!

கே: பெண்ணுக்கும், Penனுக்கும் அழகு சேர்ப்பது எது...?

ப: இரண்டும் மூடி இருந்தால் அழகு...!

கே: திருவாசகம், திருமந்திரம் எது பிடிக்கும்...?

ப: ஈசான்ய இதயத்திற்கு வாசகம்... ஈசான்ய மூளைக்கு மந்திரம்... 'அன்பே சிவம்' திருவாசகம்... 'அறிவே சிவம்' திருமந்திரம்...!

கே: பஞ்சமா பாதகங்கள் எவை...?

ப: அதெல்லாம் கொஞ்சமா பாதகங் கள் இருந்த அந்தக் காலம்... இப்போது பஞ்சமா பாதகத்திற்கு...?!

கே: கடவுள் மனிதனைக் காண எப்போது ஆசைப்படுகிறான்...?

ப: மனிதன் அறவே ஆசைப்படாத போது...!

கே: 'அட்வைஸ்' விரும்பும் பேர் வழிகள் உண்டா...?

ப: இப்போதெல்லாம் 'அட்வர் டைஸ்' விரும்பும் 'பேர்' ஆசை வழிகள் தான் அதிகம்...!

கே: பகல் தூக்கம், இரவுத் தூக்கம் என்ன வேறுபாடு...?

ப: பகலில் நமக்கு தூக்கம்... இரவில் தூக்கம் நமக்கு...!

கே: ஆத்திகனும் இல்லை, நாத்திகனும் இல்லை என்பவனை 'அக்னாஸ்டிக்' என்று ஆங்கிலத்தில் கூறுகிறார்கள்... தமிழில் அவனை எப்படி அழைக்கலாம்...?

ப: சாத்வீகன் அலையஸ் ரெண்டுங் கெட்டான் என்று அழைக்கலாம்...!

கே: தாலாட்டு, பாராட்டு என்ன வித்தியாசம்...?

ப: குழந்தையை தூங்க வைக்கத் தாலாட்டு... பாராட்டு பெரியவர்களை தூங்க வைக்க...!

கே: வரவு எட்டணா... செலவு...?

ப: இப்ப இருக்குற வெலவாசில எட்டணா வரவுல எந்த செலவும் எட்டாதுண்ணா...!

கே: கொடியவர்களான துரியோதனனுக்கும் அவன் சகோதரர்களுக்கும் 'கௌரவர்கள்' என்ற அடைமொழி பொருத்தம்தானா...?

ப: மண்ணாசையால் போரிட்டு மண்ணைக் 'கவ்வுரவர்கள்' அவர்கள்...!

கே: எமலோகத்தில் சித்திர குப்தனுக்கு கணக்கு எழுதி போரடித்தால் என்ன செய்வார்...?

ப: எமனோடு பேசி அவன் உயிரை வாங்குவார்...!

கே: உங்கள் பார்வையில் ஆயிரத்தில் ஒருவர் யார்...?

ப: நாலாயிரத்தில் ஒருவரான நம்மாழ்வார்...!

கே: வாலிபக் காதல், வயோதிகக் காதல் எது சிறந்தது...?

ப: வாலிபத்தில் 'காதலென்ன கத்திரிக்காயா...' வயோதிகத்தில் 'என்ன புடலங்கா காதல் வேண்டிக் கிடக்கு...!'

கே: தர்ம அடி என்றால் என்ன...?

ப: தன்னை விட தர்மத்தில் உயர்ந்த வன் எவனும் கிடையாது, என்ற கர்வத்தில் இருந்த 'மகாபலி சக்கர வர்த்தியின்' தலையில், மகாவிஷ்ணு வாமனனாக வந்து மூன்றாவது அடியை வைத்து அவனை பாதாளத்திற்கு தள்ளியது 'தர்ம அடி...' பணம் பாதாளம் பாயுமா? என்று பலர் கேள்வி கேட்டிருக்கிறார்கள்... கர்வ மாகக் கொடுககும் தர்மம் அதாவது பணம் பாதாளம் பாயும்...!

கே: சமீபத்தில் நீங்கள் படித்த புத்தகம்...?

ப: தனது அடுத்த சினிமா அவசரத்திற்கு நடுவிலும், கமல் சார் கட்டாயக் கல்வியாக ஜெயமோகனின் 'இன்றைய காந்தி' புத்தகத்தை கொடுத்து வாசிக்கச் சொன்னார்... வாசித்தேன் என்பதைவிட மகாத்மாவோடு வசித்தேன் என்பதுதான் என் அனுபவம்... 'காந்தி கணக்கு காந்தி கணக்கு' என்கிறோமே, அந்த மகாபுருஷரின் 'மனக் கணக்கை' ப்ளஸ்டூ மாணவன் சிரத்தையோடு, எல்லா வழிகளையும் போட்டு ஸால்வ் செய்திருக்கிறார் ஜெயமோகன்... ஏற்கனவே இவரது 'கொற்றவை' பற்றவைத்த அக்னி குஞ்சு, இதில் அண்ணாமலை தீபமாக கொழுந்து விட்டு எரிந்தது... மகாத்மாவை தரிசிக்க, ஸ்பரிசிக்க விரும்புவோர் அவசியம் படிக்க வேண்டிய ஆய்வு இந்நூல்... கிரேசி மோகனை இப்புத்தகம் 'ஜெயமோகன் கரம்சந்த் காந்தி தாஸனாக்கி' விட்டது...

29. பிடிக்காத பூ!

கே: ஆசிரியப்பா போல 'மாண வப்பா' என்று யாரும் எழுதவில் லையே... ஏன்...?

ப: அட 'போங்கப்பா...!'

கே: முட்டாள்கள் தினம் ஏப்ரல் ஒன்று... அறிவாளிகள் தினம்...?

ப: அக்டோபர் பதினாறு என்று தினத்தை மட்டும் சொல்ல முடியும்... வயதை சொல்லக் கூடாது என்பதால் வருடத்தைச் சொல்லவில்லை...!

கே: நாக்கில் நரம்பிருந்தால்...?

ப: அது சரஸ்வதியின் கையிலுள்ள வீணை நரம்பு... காளிதாசனும், காள மேகமும், கம்பனும் கவி பாடியது அந்த நரம்பை மீட்டித்தான்...!

கே: சம்பந்தமில்லாத டயர்-பஞ்சர், அக்கு-பஞ்சர் இரண்டிலும் எப்படி பஞ்சர் வந்தது...?

ப: இந்த குழப்பத்தை தவிர்க்கத் தான் 'அக்கு வேறு, டயரை பஞ்சராக்கிய ஆணி வேறு' என்று சீனத்துப் பெரிய வர்கள் சொல்லியிருக்கிறார்கள்...!

கே: எது பரிதாபம்... எது அனு தாபம்...?

ப: பரிதாபமாக நின்ற ராவண னைப் பார்த்து அனுதாபமாகச் சொன் னார் ராமர் 'இன்று கேள்விக் குறியாக நிற்கிறாய்... போய் நாளை நல்ல பதி லோடு வா...!'

கே: கிளி ஜோசியம் பார்த்த துண்டா...?

ப: எனக்கு ஜோசியம் என்றாலே கிலி...!

கே: ஔவை இன்றிருந்தால்...?

ப: அவ்வை இல்லத்தில் சேர்த்திருப் பார்கள்... அவரும் பாவம் 'முதியோர்தம் தலைவாசல் மிதித்து விட்டேன்' என்று முனகியிருப்பார்கள்...!

கே: எழுத்தாளனுக்கும், படைப் பாளிக்கும் என்ன வித்தியாசம்...?

ப: சுஜாதா எழுத்தாளர்... நாம் பெரிதுவக்க ஈன்று சான்றோன் சுஜா தாவை நமக்களித்த அவரது தாயார் படைப்பாளி...!

கே: கடவுளை நேருக்கு நேர் பார்க்க முடியுமா...?

ப: பாரதியாரைப் போல் காக்கை சிறகிலும், தீக்குள் விரல் வைத்துத் தீண்டுகையிலும் 'நேருக்கு மாறாகப்' பார்க்கலாம்...!

கே: காதலின் ஆழம் என்ன...?

ப: ஜெயித்தவர்களுக்கு தாலி கட்டும் கழுத்தளவு... தோற்றவர்களுக்கு தாடி வளர்க்கும் தாடை அளவு...!

கே: மரணத்திற்கு பின்பு என்ன நடக்கிறது...!

ப: கண் முழித்த பின்பு கனவில் என்ன நடக்கிறது...!

கே: பயம் வந்தால் தொடை நடுங்கி ஆடுவது ஏன்...?

ப: அது Thigh அப்படித்தான் 'தை தையென' ஆடும்... பயத்thigh விட்டால் தைரிய வழி பிறக்கும்...!

கே: சிறு குழந்தைகள் கேட்கும் கேள்விகளுக்கு எப்படி பதிலளிப்பது...?

ப: எனது மகன் நான்கு வயதிருக்கும் போது 'அப்பா உன்னோட திருமண ஆல் பத்தில் ஏன் என் போட்டோ இல்லை' என்று கேட்டான்... 'எப்படிடா இருக்க முடியும்... போட்டோ எடுத்ததே நீ தானே' என்ற என பதில் அவனுடைய சந்தேகத்தை தீர்க்கா விட்டாலும் சந் தோஷத்தைக் கொடுத்தது...!

கே: 'இளமையில் கல்' என்கிறார் கள்... முதுமையில் கற்க முடியாதா...?

ப: 'அதற்குத் தக நிற்க' தெம்பில்லாத முதுமையில் 'கற்றதனால் ஆய பய னென்' சொல்...!

கே: எது உமக்கு அலர்ஜி...?

ப: ஆனை மாலையிட்டாலும் அடியேனால் அரசனாக முடியாது... சேனை எனக்கு அலர்ஜி...!

கே: 'ரெண்டுங் கெட்டான்' என்பது போல், 'மூன்றுங்கெட்டான்', 'நாலுங் கெட்டான்' உண்டா...?

ப: பக்தர்களைக் காப்பதற்காக இமை கொட்டாமல் இருக்கும் முக்கண்ணன் பரமசிவன் 'மூன்றும் கொட்டான்...' நான்கு கை மகாவிஷ்ணுவாய் இருந்தும் கண்ணனாக வந்த போது 'பால் தயிர், வெண்ணெய், நெய்' ஆகிய நாலும் இருக்கும் உறி எட்டாமல், நண்பர்கள் முதுகில் ஏறித்திருடிய போது 'நாலும் எட்டான்...' ஐம்புலன்களால் அழியும் நாம் 'ஐந்துங் கெட்டான்கள்...!'

கே: நந்தி என்றால் தடை என்று பொருளா...?

ப: என் பதில் 'விடை...' நந்தனாருக்கு பரம்பொருளை மறைத்த தடை...!

கே: வாதம், பித்தம், கபம் என்று சித்த மருத்துவர்கள் மூன்று நாடிதானே பார்க்கிறார்கள்... அது என்ன சப்த நாடி...?

ப: வாதத்தினால் 'அய்யோ அம்மா', பித்தத்தினால் 'ஏப்பம்', கபத்தினால் 'இருமல்' என்று சப்தம் போடுவதால் 'சப்த நாடி...' மௌனத்தை நாடினால் நிசப்த நாடி...!

கே: செக்ஸ் கல்வி பற்றி தங்கள் கருத்து என்ன...?

ப: 'சொல்லித் தெரிவதில்லை செக்ஸ் கலவி...!'

கே: பெண்கள் பஞ்சா, நெருப்பா...?

ப: நெருப்பை அணைக்கும் பஞ்சு...!

கே: கடவுளின் வீட்டிற்கு வழி காட்டிய கிரேசியே, அப்படியே 'சாத்தானின்' வீட்டிற்கும் வழி சொல்ல முடியுமா...?

ப: சாத்தானுக்கு 'யாதும் வீடே... யாவரும் Clientடீர்...!'

கே: கண்ணாடியில் முகம் பார்ப்பது, தண்ணீரில் முகம் பார்ப்பது... என்ன சார் வித்தியாசம்...?

ப: கண்'ஆடி'யாக இருந்தாலும் பிம்பம் ஆடாமல் இருக்கும்... தண்ணீரில் பார்க்கையில், 'தான் ஆடா விட்டாலும் தன்பிம்பம் ஆடும்...!'

கே: தொழிலாளிகளுக்கு 'மே-தினம்...' முதலாளிகளுக்கு...?

ப: தொழிலாளிகளுக்கு மே-தின கொண்டாட்டம்... இப்ப இருக்கிற ரிஸஷன்ல முதலாளிகளுக்கு 'Pay-தின' திண்டாட்டம்...!

கே: தமன்னாவுக்கு அப்பாவாக நீங்கள் நடித்தால்...?

ப: தமப்பாவாகி விடுவேன்...!

கே: அழகுக்கு எது இலக்கணம்...?

ப: இன்றைய இலக்கணம் Zero Sizeக்கு இளைக்கணம்...!

கே: மூட நம்பிக்கை என்பது என்ன...?

ப: அதிர்ஷ்டம் கதவைத் தட்டும் என்ற அசட்டு நம்பிக்கையில், வாய்ப்பு என்ற வாசலை மூடி விட்டு தூங்குவது மூடநம்பிக்கை...!

கே: உங்களுக்குப் பிடிக்காத 'பூ...?'

ப: 'பூ' இவ்வளவுதானா... என்று சொல்லும் சிலரின் காழ்ப் 'பூ...!'

கே: முருகப் பெருமானிடம் உங்களுக்குப் பிடித்த குணம்...?

ப: 'முத்தமிழால் வைதாரையும் அங்கு வாழ வைப்பான் முருகன்' என்று கந்தர் அலங்காரத்தில் அருணகிரி சொன்ன குணம்...!

30. காவல்காரன் கபாலி!

கே: மிருகங்களுக்கும் ஆன்மீக உணர்வு உண்டா...?

ப: விலங்குதான் விடுதலையை விரும்பும்... ரமணர் சன்னிதியில் காகமும், பசுவும், குரங்கும் தவம் செய்திருக்கிறது...!

கே: கல்லுக்குள் ஈரம் உண்டு என்கிறார்கள்... சொல்லுக்குள்...?

ப: சாரம் உண்டு... சாரம் இல்லாத சொல் ஈரம் இல்லாத கல்...!

கே: சாமியாரில் எத்தனை வகையுண்டு...?

ப: வகையைச் சொல்லி நான் வகையாக மாட்டிக் கொள்ள விரும்பவில்லை...!

கே: மனிதனுக்கு ஐந்தறிவும், மிருகங்களுக்கு ஆறறிவும் இருந்திருந்தால்...?

ப: இந்த மாசம் மிருகங்கள் கேட்கும் கேள்விகளுக்கு எல்லாம் நான் 'May May' என்று முனகியிருப்பேன்...!

கே: உங்கள் உயரம் எவ்வளவு...?

ப: கேள்வி கேட்கும் 'நீர்' உயர, பதில் சொல்லும் 'நான்' உயரும்...!

கே: மனிதனுக்கு ஆடை அணியும் வழக்கம் எப்போது தோன்றியிருக்கும்...?

ப: 'காட்டு மிராண்டியாய்' இருந்த மனிதன் நாகரீக வளர்ச்சியால் மிரண்டு நாணமுற்று 'காட்டா மிராண்டியாய்' ஆன காலத்தில்...!

கே: 'போதும் போதும்' என்பதற்கும் 'வேணும் வேணும்' என்பதற்கும் என்ன வித்தியாசம்...?

ப: 'போதும் போதும்' என்பது பொன் செய்யும் மருந்து... 'வேணும் வேணும்' என்பது புண் செய்யும் விருந்து...!

கே: உங்கள் குரு கட்டை விரலை

கேட்டால் கொடுப்பீர்களா...?

ப: கட்டை விரலைக் கொடுக்க நான் அந்தக்கால 'ஏகலைவன்' அல்ல... கட்டை விரலால் செல்லில் மெசேஜ் அனுப்பும் இந்தக்கால 'மோகலைவன்...!'

கே: ஆண்டவனுக்கும் விளம்பரம் தேவையா...?

ப: விளம்பரம் என்ற வார்த்தையிலேயே 'பரம்' இருக்கிறதே...!

கே: அன்னப் பறவை இருந்தது உண்மையா...?

ப: சோத்துக்காக ஆலாய்ப் பறக் கும் நாம் எல்லோருமே 'அன்னப்-பறவை தான்...!'

கே: ஆண்களின் வாய்க்கு 'தையல்' போடுவதால் பெண்களுக்கு 'தையலார்' என்று பெயர் வந்ததோ...?

ப: பாஸிடிவ்வாகப் பார்த்தால்... பெண்கள் தேவதையாக இருந்தாலும் ராட்ஷஸியாய் இருந்தாலும், அன்பு செலுத்துவதில் ஒரே மாதிரி 'Taylor Made' ஆக இருப்பதால் 'தையலார்' என்று வந்திருக்கலாமில்லையா... மேலும் விட்டுப் போன உறவுக்கும் ஒட்டுத் தையல் போடுபவள் பெண்... ஆண் 'கந்தையானாலும் கசக்கிக் கட்டுவான்...' ஆனால் பெண் அந்தக் கந்தையைத் தைத்துக் கொடுப்பாள்...!

கே: 'ஆயிரம் பொய் சொல்லி ஒரு கல்யாணம் செய்யலாம்' என்று சொல்வது தவறில்லையா...?

ப: சொன்னவர் 'கல்யாணம் ஆயிரங் காலத்துப் பொயிர்' என்று தவறாகப் படித்திருப்பார்...!

கே: 'நாம் இன்னும் அதற்கு தயாராக வில்லை...' என்பது, என் பதில் என்றால் தங்கள் வினா என்னவாக இருக்கும்...?

ப: 'நாம் (ஆண்கள்) ஏன் தாயாராவ தில்லை...?'

கே: அந்த காலத்துப் பெண்களுக் கும், இந்த காலத்துப் பெண்களுக்கும் உள்ள வேறுபாடு என்ன...?

ப: படும் பாடு வேறு...!

கே: அண்ணலும் நோக்keyனார்... ஜானkey அவளும் நோக்keyனாள்... எல்லாமே key கவனிச்சீங்களா...?

ப: அண்ணல் ராம்keyயை, அன்னை ஜானkeyயிடம் சேர்த்து வைத்த அனுமன் monKEYயை மறக்கலாமா...!

கே: எமனுக்கு 'அம்மா-அப்பா' யார் சார்...?

ப: ஜனனி மாதா... மரணன் பிதா...!

கே: ஒரு நூல் எப்படி இருக்க வேண்டும்... எப்படி இருக்கக் கூடாது... ஒரு வாசகனாக கூறுங்கள்...?

ப: கண்டபடி நூலில் கயிறு திரித்

தால் வாசக-தோஷம்... நேர்மையாக நூல் பிடித்தாற் போல் இருந்தால் வாசக-சந்தோஷம்...!

கே: 'காபி' ராகம் சரி... 'டி' ராகம்...?

ப: பொண்டாட் 'டீ' ராகத்திற்கு கணவன் தலை 'ஆட்டி' தாளம்...!

கே: உலகத்தைப் 'பார்' என்று சொல்வது ஏன்...?

ப: தன்னைத்தானே சுற்றியபடி தள்ளாடி நகர்வதால் 'Bar...!'

கே: பெண்களின் கூந்தலுக்கு இயற்கையிலேயே நறுமணம் இருந்தால்...?

ப: Romance 'ரோமா'ன்ஸ் ஆகிவிடும்...!

கே: செத்தவன் கையில் வெத்திலைப் பாக்கு வைப்பது ஏன்...?

ப: ஆளுக்காள் போட்ட வாய்க்கரிசி ஜீரணமாக வெத்திலைப் பாக்கு... செத்தவனுக்கு ஏது ஜீரணம் என்கிறீர்களா...? அது தான் 'Diegestion...!'

கே: பறவை, விமானம் இரண்டுக்கும் என்ன வித்தியாசம்...?

ப: பறவை சிட்டுக் குருவி... விமானம் ஜெட்டுக் கருவி...!

கே: ஏழை, பணக்காரன் இருவருக்குமே தீர்க்க முடியாத பிரச்சினை எது...?

ப: பணப் பிரச்சினை... ஏழைக்கு பிரச்சினையைத் தீர்ப்பதில் பிரச்சினை... பணக்காரனுக்கு பணத்தைத் தீர்ப்பதில் பிரச்சினை...!

கே: எமன் உங்களைப் பேட்டி எடுக்க வந்தால்...?

ப: 'செத்த கழிச்சு வா' என்பேன்...!

கே: மனைவி மந்திரி ஆவது எப்போது...?

ப: கணவன் முந்திரி (கொட்டை) ஆகும்போது....!

கே: சென்னைப் பட்டணம் எப்படி வந்து சேர்ந்தீர்கள்...?

ப: அழுதபடி வந்தேன்... Via அம்மா வயிறு...!

கே: நெட்டையனை நம்பினாலும் குட்டையனை நம்பக்கூடாது என்று கூறுகிறார்களே ஏன்...?

ப: குட்டையன் வாமனனை நம்பி வரமாக மூன்றடி மண் கொடுத்து ஏமாந்தான் மகாபலி... நெட்டையன் திருவிக்கிரமன் அதே மகாபலிக்கு சிரஞ்சீவி பதவி அளித்தான்...!

கே: ஜோக்குகளில் வருகிற திருடன் பெயர் கபாலியாகவே இருக்கே... ஏன் கிரேசி...?

ப: எங்கு செல்வம் 'கற்பக' விருட்ச மாய்க் கொட்டிக் கிடக்குமோ, அங்கு உரிமையோடும் வருபவன் 'கபாலி' யாகத் தானே இருக்க முடியும்... மை Lawப்பூர் சட்டப்படி கபாலி திருட னல்ல காவல்காரன்..!

கே: பெண் பூனை, ஆண் பூனை இரண்டில் எது குறுக்கே போனால் அபசகுனம்...?

ப: பெண் பூனை போனால் அபச குனம்... ஆண் பூனை போனால் டபுள்அபசகுனம்... ஏனென்றால் ஏற்கனவே ஒரு பெண் பூனை போயி ருக்கும்...!

கே: உங்களால் புரிந்து கொள்ள முடியாதது எது...?

ப: ஞாபகமாக மோகனாகப் படுத்து, மோகனை மறந்து தூங்கி, மறக்காமல் அதே மோகனாக எழுந்திருப்பது புரியாத புதிர்...!

கே: நம் உடலில் பல தொழிற் சாலைகள் உள்ளன... உங்களுக்குப் பிடித்த தொழிற்சாலை எது...?

ப: எல்லா தொழிற்சாலைகளும் ஓய்வெடுக்கும்போது, உழைக்கும் கனவுத் தொழிற்சாலை...!

கே: மழலையின் சிரிப்பில் எதைக் காண்கிறீர்கள்...?

ப: மழலையின் சிரிப்பில் மகானைக் காணலாம்...!

கே: எதிர் காலம் யார் கையில்...?

ப: கையில் நிகழ்காலத்தை வைத்துக் கொண்டு எதிர்காலத்திற்கு அலைவா னேன்....!

கே: நாசியில் இரு வழிப்பாதை அமைந்திருப்பது ஏன்...?

ப: நாம் போக வர... புனரபி போக... புனரபி வர...!

31. ராமனுக்கு பிடித்த கார்!

கே: ஐம்புலன்களை அடக்குவது தானே ஆன்மீகம்...?

ப: ஐம்புலன்ஸ் ஆம்புலன்ஸ்லதான் அடங்கும்... ஐம்புலன்களுக்கு அடங் காமல் இருப்பதுதான் ஆன்மீகம்...!

கே: மின்சாரம் கண்டு பிடிக்கா திருந்தால்...?

ப: நெனச்சு பாக்கவே ஷாக்கிங்கா இருக்கு...!

கே: உங்களுக்கு எந்த 'க்யூவில்' நிக்க ஆசை...?

ப: பரமசிவன் கழுத்தில் Necktar...!

கே: தமிழில் மெஸேஜ் அனுப்ப செல்லில் வழியுண்டா...?

ப: சுஜாதாவைத் தொடர்ந்து விஞ்ஞான எழுத்தாளராக விளங்கும் இரா.முருகனைக் கேட்கிறேன்... 'அய்யா முருகா விஞ்ஞானப் பழமே.... செம்மொழியில் மெஸேஜ் அனுப்ப Simமொழி உண்டா...!'

கே: மனிதனால் இயற்கைக்கு என்ன பயன்...?

ப: மனிதன் மரம் வெட்டுவதைப் பார்த்தால், இன்னும் சில வருடங்களில் இயற்கையே 'இயற்கை எய்திவிடும்' போலிருக்கிறதே...!

கே: ராமர் சிவனை வணங்கிய இடம் ராமேஸ்வரம்... அது போல் சிவன் ராமனை வணங்கிய இடம் உள்ளதா...?

ப: உள்ளதா என்பதற்கு பதில் உள்ளம்தான்... அனுமன் சிவனின் அம்சம்... அனுமனின் உள்ளம் என்ற தியானேஸ்வரத்தில் சிவன் ராமனை வணங்கினார்...!

கே: நம் காதுகள் இரண்டாக இருப் பதற்கான காரணம் என்ன...?

ப: இரண்டு காரணங்கள்... ஒன்று மூக்குக் கண்ணாடி மாட்டிக் கொள்ள... இரண்டு, தேவையில்லாத சமாசாரங் களை ஒரு காதால் வாங்கி, இன்னொரு காதால் விடுவதற்கு...!

கே: கண்ணுக்குப் பயன்படும் கண்ணாடிக்கு மூக்குக் கண்ணாடி என ஏன் பெயர் வந்தது...?

ப: மோக்கனிடம் கேட்ட இந்தக் கேள்வியை மூக்கனிடம் கேளுங்கள்... Nose Only Knows....!

கே: ஏன் கிரேசி... கடவுள் யாருமே தாத்தா, பாட்டியாகவில்லை...?

ப: யார் சொன்னார்கள்... உ.வே. சாமிநாதய்யர், அவ்வையார் இருவரும் தமிழ்த் தாத்தா, தமிழ்ப் பாட்டியாகப் பிறந்த தமிழ்க் கடவுள்கள்...!

கே: 'பானை பிடித்தவள் பாக்கிய சாலி' என்கிறார்களே ஏன்...?

ப: மணிவயிறு என்ற பாண்டத்தில் மழலையை பத்து மாதம் சுமந்த பாக்கிய சாலி அல்லவா...!

கே: இறந்த தன் கணவனை மீட்ட சாவித்திரியைப் போல், இக்காலப் பெண்கள் என்ன செய்ய வேண்டும்...?

ப: 'அது வேண்டும் இது வேண்டும்' என்று நச்சரித்து கணவனின் BPயை பற்றவைத்து சாவடிக்கும் சாவுத்திரியாக இல்லாமல் இருந்தாலே போதும்...!

கே: டைம் பார்ப்பதற்கு தோதா னது கைகடிகாரமா இல்லை சுவர் கடிகாரமா...?

ப: தோதாக இருக்கு என்பதற்காக சுவர் கடிகாரத்தைக் கையில் கட்டிக் கொண்டு திரியமுடியுமா... இல்லை கை கடிகாரத்தை சுவரில் மாட்டி, ஒவ்வொரு தடவையும் ஏணி வைத்து ஏறி டைம் பார்க்க முடியுமா...!

கே: ஒரு ஆணின் வெற்றிக்குப் பின்னால் ஒரு பெண்... ஒரு பெண்ணின் வெற்றிக்குப் பின்னால்...?

ப: ஐந்து ஆண்கள்... இது பாஞ்சாலிக்கு மட்டுமல்ல எல்லா பெண்களுக்குமே பொருந்தும்... அந்த ஐவர், பள்ளி ஆசிரியர், பெற்ற தந்தை, புருஷன், வந்த தந்தை மாமனார், மகன்...!

கே: கிரேசியாரின் பார்வையில் செஞ்சோற்றுக் கடனில் சிறந்தவன் கும்பகர்ணனா இல்லை கர்ணனா...?

ப: செஞ்சோற்றுக் கடனுக்காக அண்ணனுக்கு ஆதரவு அளித்தவன் கும்பகர்ணன்... அதே செஞ்சோற்றுக் கடனுக்காக சொந்த தம்பிகளையே பகைத்துக் கொண்டவன் கர்ணன்... கும்பகர்ணனை விட, கர்ணன் செஞ் சோற்றில் ஒரு படி மேல்...!

கே: 'அலாவுதீனின் அற்புத விளக்கு' உமக்குக் கிடைத்தால் முதலில் என்ன வேண்டும் என்று கேட்பீர்கள்...?

ப: ஒன்றும் கேட்க மாட்டேன்... அந்த விளக்கு எரிய வைத்து பவர்கட்டை சமாளிப்பேன்...?

கே: வெள்ளிக் கிழமை மட்டும்தான் நல்ல நாளா...?

ப: வறுத்தெடுக்கும் வெய்யிலில் நமக்கு எல்லா நாளுமே Fry Day தான்...!

கே: கடவுள் கல்லா...?

ப: தேடிக் கண்டு பிடித்தால் கல்-கண்டு...!

கே: மனைவியிடம் அடங்கிப் போவதா... அல்லது அவளை அடக்கி ஆள்வதா...?

ப: பூவா... தலையா போட்டுப் பாருங்கள்... பூ விழுந்தால் அடங்கிப் போங்கள்... தலை விழுந்தால்... ஏன்

ரிஸ்க்... தலை விழாமல் பார்த்துக் கொள்ளுங்களேன்...!

கே: மனிதனுக்கும், மிருகத்திற்கும் என்ன வித்தியாசம்... என்ன ஒற்றுமை...?

ப: குறைந்த பட்ச வித்தியாசம் ஆறு (ஆறாவது அறிவு)... நாய் மாதிரி வள் வள் என்று விழுவது, கரடியா கத்தறது, குரங்கு சேஷ்டை, நரி மாதிரி ஏமாத்தறது இப்படி அதிக பட்ச ஒற்றுமை ஆயிரத்திற்கும் மேலிருக்கும்...!

கே: தானத்தில் உயர்ந்த தானம் எது...?

ப: உயர்ந்த தானம் விதானம்...!

கே: புயலுக்குப் பேர் வைக்க உங்களைக் கேட்டால் என்ன பேர் வைப்பீர்கள்...?

ப: Cycloneக்கு Shyclone என்று வைப்பேன்... புயல் வெக்கப்பட்டு வீசாமல் போய்விடும்...!

கே: Is God Dead...?

ப: இரணியனுக்கு Deadly... பிரகலாதனுக்கு Lively... நம்மைப் போல் அல்லாது Is Was, பிறப்புஇறப்பு கடந்த கடவுள் ஆதியான ever present mr. Been...!

கே: காலையில் எழுந்தவுடன் கழுதை முகத்தில் விழிக்க வேண்டுமா... மனைவி முகத்தில் விழிக்க வேண்டுமா...?

ப: 'Ass' You Please....!

கே: 'A' For Apple... சின்ன 'A' For...!

ப: 'A' For பெரிய அதாவது 'அப்பா ஆப்பிள்...' 'a' for 'பையனாப்பிள்...!' பரமசிவன் பார்வதிக்கு பாதி உடலைத் தந்ததோடு நில்லாமல், 'அர்த்தநாரீஸ்வரர்' கோலத்தில் அனைவருக்கும் தெரியும்படி காட்சி அளிக்கிறார்... ஆனால் மகாவிஷ்ணு மட்டும் ஏன் லஷ்மியை மார்பில் வைத்து பீதாம்பரத்தால் மூடி மறைத்து விட்டாரே...? பலத்தை (சக்தியை) காட்ட வேண்டும்... பணத்தை (செல்வத்தை) பத்திரமாகப் பூட்ட வேண்டும்...!

கே: படைப்பதற்கு-பிரம்மா, காப்பதற்கு-விஷ்ணு, அழிப்பதற்கு-

கே: ராவணனுக்கு பிடித்த கார் எது... ராமருக்குப் பிடித்த கார் எது...?

ப: 'நகைச்சுவை பேர் சொல்லும் பிள்ளையாக' இருப்பானா, என்பதை தெரிந்து கொள்ள, இந்தக் கேள்வியை IIT பம்பாயில் படிக்கும் எனது மகன் பத்பநாபனுக்கு அனுப்பினேன்... 'மகன் தந்தைக்கு ஆற்றும் காமெடி கடமையாக', அவன் அனுப்பிய பதில்... நமக்கெல்லாம் நானென்று ஒரு அகங்காரம் என்றால், பத்து தலை ராவணனுக்கு அகங்காரம் பத்து... அவனுக்குப் பிடித்த கார் 'டி10...' ராமருக்குப் பிடித்த கார் மாருதி...! கிருஷ்ணருக்குப் பிடிக்காத கார் 'கம்ZEN...!'

சிவ பெருமான்... அழிக்கின்ற கடவுளை நாம் ஏன் வணங்க வேண்டும்...?

ப: வெள்ளை நிற பிரம்மா -சாக்பீஸ், கறுப்பு நிற விஷ்ணு-கரும்பலகை, சந்தன நிற சிவன் -டஸ்டர்...அழிக்காமல் அடுத்த கணக்கு போட முடியுமா... பிரம்மாவால் பிறப்பர், விஷ்ணு புரப்பர், சிவனால் இறப்பர்... மூவருமே அந்த வகையில் அழிக்கும் 'ரப்பர்'தான்...!

கே: செவ்வாய் கிரகத்திற்கு போனால் யாரை அழைத்துப் போவீர்கள்...?

நான்: மணந்த WEDneண்டியை...!

கே: நயாகரா, வயாகரா ஒப்பிடவும்...?

ப: நயாகரா Falls... வயாகரா False... இரண்டும் இதயத்தை ஸ்தம்பிக்க வைக்கும்...!

32. Hip Naughtyயிசம்!

கே: திருமணத்திற்குப் போனால் நீங்கள் மொய் எழுதுவீர்களா...?

ப: எனக்கு வரும் அழைப்பிதழ்களுக்கு மொய் எழுத ஆரம்பித்தால், அப்புறம் என் மகன்களுக்கு உயில் எழுத முடியாது... அதனால் 'உனக்கும் பொக்கே... உங்கப்பனுக்கும் பொக்கே...!'

கே: 'நாளை முதல்' என்பவன் சோம்பேறி... 'இன்றிலிருந்து' என்பவன் சுறுசுறுப்பு... உண்மைதானா...?

ப: 'நேற்று வரை' உண்மைதான்...!

கே: தாயைப் போற்றும் அளவுக்கு தந்தையைப் போற்றுவதில்லையே ஏன்...?

ப: யார் சொன்னார்கள்... Mother Indiaவுக்கு விடுதலை வாங்கித் தந்தது Father Of The Nationதானே...!

கே: அம்மா-மனைவி இருவரிடமும் நல்ல பெயர் எடுப்பது எப்படி...?

ப: இதுதான் 'கூழுக்கும் ஆசை மீசைக்கும் ஆசை' என்பது... சத்தம் போடாமல் 'ஸ்டிரா' வைத்து உறிஞ்சுங்கள்...!

கே: உங்களுக்கு நீச்சல் தெரியுமா...?

ப: சின்ன வயசுல நீஞ்சியிருக்கேன்... தரைல...!

கே: என்னதான் கால்களுக்குப் பாதுகாப்பாக இருந்தாலும் செருப்பை பீரோவில் வைக்க முடியுமா... காலுக்கு சொன்னா மாதிரி தலைக்கு ஒண்ணு சொல்லுங்க பாப்போம்...?

ப: என்னதான் 'மல்லிப்பூ' மாதிரி இருந்தாலும், சுடச்சுட இட்லியை தலையில் சூடிக் கொள்ள முடியுமா...!

கே: பெண்களின் இடையைப் பார்த்தால் மட்டும் மயக்கம் வருகிறதே...?

ப: அதுதான் Hip Naughty யிசம்...!

கே: தாங்கள் பேனா பிடிக்காமல் கிரிக்கெட் பிடித்திருந்தால்...?

ப: 'தோனி' ஆகவும் ஆகியிருக்கலாம்... 'போணி' ஆகாமலும் போயிருக்கலாம்...!

கே: பெட்ரோல் பிரச்சினை தீர மாற்று வழி இருக்கா...?

ப: இருக்கு... ஆனா அது சுத்து வழி... நடந்து வேற போகணும்...!

கே: நீங்கள் ஜனநாயகவாதியா...

ப: ஆமாம்... நான் Demo "Crazy" தான்...!

கே: நாலு கழுதை வயசுங்கறாங்களே... அது என்ன வயசு...?

ப: நெகடிவ்வா பாத்தா கெட்டுக் 'குட்டிச்சுவரான' வயசு... பாஸிடிவ்வா பாத்தா 'கிக்கான' நாய் குண நாப்பது வயசு... அம்பதுல கழுதை தேஞ்சு கட்டெறும்பாகிவிடும்...!

கே: நமக்கு அதிக உதவியாய் இருப்பது வலக்கரமா இல்லை இடக்கரமா...?

ப: எனக்கு WRITE HAND...!

கே: காலத்தால் அழியாத காதல் காவியம் என்று எதைச் சொல்வீர்கள்...?

ப: கடவுள் மீது காதலாகிக் கசிந்து, அவருக்காக வாழ்வையே துறந்து காவியை ஏற்பது காவியம்...!

கே: எது வரை விட்டுக் கொடுக்கலாம்...?

ப: உம்மணா மூஞ்சிக்காரர்கள் சிரிக்கும் வரை 'Wit'டு கொடுக்கலாம்...!

கே: மனவலி பெரிதா... உடல்வலி பெரிதா...?

ப: மனவலி பெருகினால் உடல் வலியைப் பொறுக்கலாம்... வலியை உடலுக்குச் சொல்வது மனம் அதாவது மூளை...!

கே: ரசத்தில் உயர்ந்த ரசம் எது...?

ப: எவ்வளவு உயர்ந்தாலும் எல்லோரையும் ஒன்றாக பாவிக்கும் வள்ளலாரின் சம'ரசம்...!'

கே: மனைவியை கைக்குள் போட்டுக் கொள்ள என்ன செய்ய வேண்டும்...?

ப: கைக்குள் போட்டுக்க வசதியாக, கர்சீப் இல்லை பொடி மட்டையைக் கல்யாணம் செய்து கொள்ள வேண் டும்...!

கே: மந்திரம் என்றால் என்ன... தந்திரம் என்றால் என்ன...?

ப: விளம்பிடும் மந்திரம் ஸ்லோகம்... விளம்பரத் தந்திரம் Slogan... மாங்காய் வரவழைக்கலாம் மந்திரத்தால்... மாங்காய் மடையனாக்கலாம் தந்திரத்தால்...!

கே: ஆக்டோபஸ் கிரேசி அவர் களே, கால் பந்து உலகக் கோப்பை யாருக்கு...?

'Spain' தானென்று வள்ளுவர் அன்றே எழுதி விட்டாரே...

'Peleபோய் ஆடினாலும் பின்தான் நெதர்லேண்ட்

சால மிகுத்து Spain...!'

கே: செம்மொழிக்கு அப்படி என்ன சிறப்பு...?

'எம்மொழிக்கும் ஏற்றம் எதனாலென்(று)
ஆராய்ந்தால்
அம்மொழிக்காய் வாழ்ந்த அறிஞர்கள்
செம்மொழியில்
கம்பன், இளங்கோ, குறள்கொடுத்த
வள்ளுவன்
சம்பவித்த தால்தான் சிறப்பு...!'

கே: திருமணத்தின்போது மண மக்களின் தலையில் ஏன் அரிசியைத் தூவி ஆசீர்வாதம் செய்கிறார்கள்...?

ப: கல்யாணம் ஆயிரம் காலத்துப் பயிர் இல்லையா... அதனால்தான் அரிசியைத் தூவுகிறார்கள்... நல்ல வேளை 'ஆயிரம் காலத்து தயிர்' என்று சொல்லவில்லை... கல்யாண மண்டபம் களேபரமாகியிருக்கும்... அதுவும் தவிர மணமக்கள் இருவரும் பிரியாமல் Adjust செய்து ஜதையாக இருக்க Adஜதையைத் தூவி சிம்பாலிக்காக சொல்கிறார்கள்...!

கே: வாழ்க்கையை செதுக்கும் விஷ யங்கள் என்று எதை நினைக்கிறீர்கள்...?

ப: வாழ்க்கையே ஒருவனை சிலை யாக செதுக்கும் உளி... இந்த உளிக்கும் அசராமல் கல்லாய் இருப்பவர்கள் கல் உளி மங்கர்கள்...!

கே: எது தான்தோன்றித்தனம்...?

ப: ரமண பாஷையில் சொல்லப் போனால், தித்திப்பான 'தன்னை' மறந்த தூக்கத்திலிருந்து, அகம் 'காரமான' 'தான்' எழுவது தான்தோன்றித்தனம்...!

கே: பள்ளியில் படிக்கும் காலத்தில் ஆசிரியரிடம் முட்டை வாங்கியது உண்டோ...?

ப: குருவிடம் முட்டை வாங்காத குருமுட்டை உண்டோ...!

கே: இது வரை நீங்கள் யாரிடமும் சொல்லாத ரகசியம் ஒன்றைச் சொல் வீர்களா...?

ப: சொல்லுவேன்... ஆனால் உங்கள் தலை ஆயிரம் சுக்கல்களாக (நீங்க ரெட்டை மண்டை என்றால் ரெண் டாயிரம் சுக்கல்கள்) வெடித்து சிதறி விடும்... பரவாயில்லையா...!

கே: உங்களைப் போலவே தோற் றம் கொண்ட கிரேசி எதிரே வந்தால்

என்ன ஆகும்...?

ப: இருவரும் கண்ணாடியில் முட்டிக் கொள்வோம்...!

கே: நகைச்சுவை, ஜோக், தமாஷ், சிரிப்பு, புன்னகை இவற்றில் உங்களைக் கவர்ந்த வார்த்தை எது...?

ப: 'நாகேஷ்...'

கே: உங்களுக்கு இரண்டு கைக ளாலும் எழுதக் கூடிய சக்தி கிடைத் தால்...?

ப: உங்களுக்கு பளு குறையும்... கேள்வி, பதில் இரண்டையும் நானே எழுதிவிடுவேன்...!

கே: உண்மையான சுதந்திரம் எது...?

ப: சுதந்திரமாக உண்மை கூறும் சுபாவம்...

கே: பெண்களின் ஆயுதம் 'கரண்டி...' ஆண்களின் ஆயுதம் எது...?

ப: 'கரண்டியைத்' தூக்கி அவள் போடும் உத்திரவை, வாதம் செய்யாமல் ஏற்றுக் கொள்வதாக அவன் அளிக்கும் உத்திரவாதம்... 'கரண்டிக்கு' பதில் ஆயுதம் Guarantee....

கே: 'ஏழையின் சிரிப்பில் இறை வன்...' புது விளக்கம் ப்ளீபஸ்...

ப: புதுசாக ஒரு பழைய விளக்கம்... 'குசேலனின் சிரிப்பில் கண்ணன்...'

கே: சுற்றுப்புறச் சூழல் கெட்டுப் போனதற்கு யார் பொறுப்பு...?

கே: உங்கள் சினிமா குரு யார்...?

ப: கமல், ரஜினி என்ற அமெரிக்காக்களைக் கண்டுபிடித்த அதே கொலம்பஸ் இயக்குனர் சிகரம் . பாலசந்தர் தான், கிரேசி என்ற இந்த சிறு தீவையும் கண்டு பிடித்தார்...

எனது 'மேரேஜ் மேட் இன் சலூன்' என்ற நாடகத்தை 'பொய்க்கால் குதிரை' சினிமாவாக்கி, எனக்கு கனவுத் தொழிற் சாலையின் மெயின் கேட்டை திறந்து விட்ட குரு பாலசந்தர் அவர்கள்தான்... அவர் 'பாலசந்தர்' என்றால் அவரால் பயன்பெற்ற அடியேன் 'லாபசந்தர்...' அவரது 'எதிர்-நீச்சல்' மாதுவால் (நாகேஷ்) கவரப்பட்டு எனது நாடக கதாநாயகனுக்கு 'மாது' என்று பெயரிட்டேன்.... என்னதான் சினிமா என்னை சுண்டியிழுத்தாலும், பாலசந்தருக்காகவாவது எப்படியாவது எதிர்நீச்சல் போட்டு எனது மாதுவை 'எதிர் நீச்சல்' மாதுவாக ஆக்கும்வரை நான் நாடகம் போடுவதில் ஓயமாட் டேன்... அவரது நாடக DVD ரிலீஸ் அன்று அவர் மீது நான் எழுதிய வெண்பாவை குரு காணிக்கையாக சமர்பிக்கிறேன்...

**'வியப்புறும் வண்ணம் வியன்மிகு வெள்ளி
நிழற்படங்கள் தந்த நவீன இயக்குனர்
உச்சிச் சிகரமே ஓங்கிடப் பல்லாண்டு
இச்சிறுவன் வேண்டல் இறைக்கு...'**

'நிஜத்தை வெட்டி
நிழலைக் கொன்று
வெய்யிலில் குளிர் காய்கிறான்
மர மண்டை மனிதன்...'

கே: ஜாதகப் பொருத்தம் பார்த்துப் பார்த்து செய்த திருமணங்கள் விவாக ரத்தில் முடிகிறதே... என்ன செய்ய...?

ப: ஜாதகத்தில் சாதகமாய் 'பத்து-பொருத்தம்' இருக்கா என்று பார்த்த கையோடு, பாதகமாய் விவாக 'ரத்து-பொருத்தம்' இல்லை என்பதையும் இனி பார்த்துத் தொலைக்க வேண்டியதுதான்...

கே: 'தவறு செய்யாதவன் மனிதனே இல்லை' என்பது சரியா...?

ப: தவறு... மனிதன் தெய்வத்திற்கும், மிருகத்திற்கும் நடுவில் உள்ள 'middle man...' மதில் மேல் மனிதன்... தவறே செய்யாது இந்தப்பக்கம் ஆத்தில் சரியாக விழுபவன் தெய்வமாகிறான்... திரும்பத் திரும்ப தவறே செய்பவன் அந்தப்பக்கம் சேத்தில் தவறி விழுந்து மிருகமாகிறான்... அதனால்தான் தெய்வமான மனிதனுக்கு சிலை வைக்கிறோம்... மிருகமான மனிதனுக்கு விலங்கு பூட்டுகிறோம்.

(நிறைந்தது)

கிரேஸி மோகன்

எழுதிய நூல்கள்...

அலாவுதீனும் 100 வாட்ஸ் பல்பும்

அன்புள்ள மாதுவிற்கு...!

பிவேர் ஆஃப் மாது

சாக்லேட் கிருஷ்ணா

கிரேஸி கோஸ்ட்

கிரேஸி கிஷ்கிந்தா

கீதா உபதேசம்

கூகுள் கடோத்கஜன்

ஜுராசிக் பேபி

மாது மிரண்டால்

மதில் மேல் மாது

மாது + 2

மேரேஜ் மேட் இன் சலூன்

மீசை ஆனாலும் மனைவி

மிடில் கிளாஸ் மர்டர்

ஒரு பேபியின் டைரிக் குறிப்பு...

ரிடர்ன் ஆஃப் கிரேஸி தீவ்ஸ்

ஸாடிலைட் சாமியார்

ஹனிமூன் கப்பிள்

ஹியர் இஸ் காசி

அய்யா...! அம்மா...! அம்மம்மா...!

கிரேஸியைக் கேளுங்கள் – 1

கிரேஸியைக் கேளுங்கள் – 2

கிரேஸியுடன் சிரியுங்கள் – 1

கிரேஸியுடன் சிரியுங்கள் – 2

சோ

எழுதிய நூல்கள்...

- மஹாபாரதம் பேசுகிறது - பாகம் 1 & 2
- வால்மீகி ராமாயணம் - பாகம் 1 & 2
- இந்து தர்மம்
- எங்கே பிராமணன் ?
- Essence of Dharma - 1
- Essence of Dharma - 2
- ஹிந்து மஹா சமுத்திரம் - 1
- ஹிந்து மஹா சமுத்திரம் - 2
- ஹிந்து மஹா சமுத்திரம் - 3
- ஹிந்து மஹா சமுத்திரம் - 4
- ஹிந்து மஹா சமுத்திரம் - 5
- ஹிந்து மஹா சமுத்திரம் - 6
- வெறுக்கத்தக்கதா பிராமணீயம் ?
- அன்றைய வேதங்கள் முதல் இன்றைய - வியவஹாரங்கள் வரை (தர்மத்தின் ஸாரம்)
- எது தர்மம் ?
- என்று தணியும் இந்த சுதந்திர தாகம்
- இன்பக் கனா ஒன்று கண்டேன்
- இறைவன் இறந்து விட்டானா ?
- இரவில் சென்னை !
- ஜட்ஜ்மெண்ட் ரிசர்வ்டு
- மனம் ஒரு குரங்கு
- முகமது பின் துக்ளக்
- நேர்மை உறங்கும் நேரம்
- சாதல் இல்லையேல் காதல் !
- சாத்திரம் சொன்னதில்லை
- சம்பவாமி யுகே ! யுகே !
- சரஸ்வதியின் சபதம்
- சட்டம் தலை குனியட்டும்
- உண்மையே உன் விலை என்ன ?
- உறவுகள் இல்லையடி பாப்பா
- யாருக்கும் வெட்கமில்லை !
- ஏன் கூடாது ?
- எங்கே போகிறாய் ?
- எதற்காக ?
- அதிகப் பிரசங்கம்
- இந்தியா எங்கே போகிறது ?
- இவர்களைத் தெரிந்து கொள்ளுங்கள்
- கூவம் நதிக் கரையினிலே! - 1
- கூவம் நதிக் கரையினிலே! - 2
- கூவம் நதிக் கரையினிலே! - 3
- மை டியர் பிரும்மதேவா
- புரட்சி கீதை
- சர்க்கார் புகுந்த வீடு
- நம்மை நாம் அறிவோம்
- அரசியல் ராமாயணம் (சித்திரக் கதை)
- துக்ளக் ராசி - பலன்
- சிரிப்பு வருகிறது ! உஷார் !
- ஒண்ணரைப் பக்க நாளேடு - பாகம் - 1
- ஒண்ணரைப் பக்க நாளேடு - பாகம் - 2
- ஒண்ணரைப் பக்க நாளேடு - பாகம் - 3
- ஒண்ணரைப் பக்க நாளேடு - பாகம் - 4
- ஒண்ணரைப் பக்க நாளேடு - பாகம் - 5
- ஜக்குவின் நீதி சாஸ்திரம்
- ஜக்குவின் கணிப்பு
- இதுதான் என் வழக்கு !
- டியர் மிஸ்டர் வாசகரே !
- இவர்கள் சொல்கிறார்கள்
- சோ - வீரமணி பேட்டி
- இவர்களைச் சந்தித்தேன் (பேட்டிகள்) - 1
- இவர்களைச் சந்தித்தேன் (பேட்டிகள்) - 2
- இவர்களைச் சந்தித்தேன் (பேட்டிகள்) - 3
- அனுபவங்களும் அபிப்பிராயங்களும்
- பத்திரிகைகள் பலவிதம்...
- அரட்டை சங்கம்
- துக்ளக் வாழ்கிறார்
- எனக்குத் தெரிந்த நியாயம் சொல்கிறேன்
- நினைத்தேன் எழுதுகிறேன்
- அதிர்ஷ்டம் தந்த அனுபவங்கள்
- காமராஜை சந்தித்தேன்
- திரையுலகைத் திரும்பிப் பார்க்கிறேன்
- ராஜ்ய சபையில் சோ
- எமர்ஜென்ஸி
- இன்று நாளை என்னுடைய நிலைகள்...
- தடை செய்யப்பட்ட துக்ளக்
- முஸ்லிம் லீக் - ஆர்.எஸ்.எஸ். சந்திப்பு
- சட்டம் என்ன சொல்கிறது?
- தமிழக அரசியல் கட்சிகள்
- மதச்சார்பின்மை + செக்யூலரிஸம் = ?
- ஸ்திதப்பிரக்ஞன்
- நமது தலைநகரம் மாஸ்கோ !
- துக்ளக் படமெடுக்கிறார்
- துக்ளக் ஆண்டு விழா - 1
- துக்ளக் ஆண்டு விழா - 2
- வந்தேமாதரம்
- வாஷிங்டனில் நல்லதம்பி
- யாரோ இவர் யாரோ ?
- யார் பெறுவார் இந்த அரியாசனம் ?
- அடுத்த ஆட்சி நமதே !
- தேர்(தல்) திருவிழா
- திக்குத் தெரியாத நாட்டில்

தேவன் எழுதிய நூல்கள்...

- ஐந்து நாடுகளில் அறுபது நாள் - 1
- ஐந்து நாடுகளில் அறுபது நாள் - 2
- ஐந்து நாடுகளில் அறுபது நாள் - 3
- அப்பளக் கச்சேரி
- ஸி.ஐ.டி. சந்துரு - 1
- ஸி.ஐ.டி. சந்துரு - 2
- சின்னஞ்சிறு கதைகள்
- கோமதியின் காதலன்
- ஜாங்கிரி சுந்தரம்
- ஜஸ்டிஸ் ஜகந்நாதன் - 1
- ஜஸ்டிஸ் ஜகந்நாதன் - 2
- கல்யாணி
- லக்ஷ்மி கடாக்ஷம் - 1
- லக்ஷ்மி கடாக்ஷம் - 2
- லக்ஷ்மி கடாக்ஷம் - 3
- மாலதி
- மல்லாரி ராவ் கதைகள்
- மனித சுபாவம்
- மிஸ் ஜானகி
- மைதிலி
- மிஸ்டர் வேதாந்தம் - 1
- மிஸ்டர் வேதாந்தம் - 2
- பல்லிசாமியின் துப்பு
- போக்கிரி மாமா
- ராஜத்தின் மனோரதம்
- ரங்கூன் பெரியப்பா
- சீனுப் பயல்
- ஸ்ரீமான் சுதர்ஸனம்
- துப்பறியும் சாம்பு - 1
- துப்பறியும் சாம்பு - 2
- ஏன் இந்த அசட்டுத்தனம் !
- ராஜியின் பிள்ளை
- நடந்தது நடந்தபடியே !
- பார்வதியின் சங்கல்பம்
- விச்சுவுக்குக் கடிதங்கள்
- பெயர் போன புளுகுகள்
- சொன்னபடி கேளுங்கள்
- கமலம் சொல்கிறாள்
- ராஜாமணியைக் காணோமே

எஸ். வி. வி. எழுதிய நூல்கள்...

- பொம்மி
- செல்லாத ரூபாய்
- தீபாவளிக் கதைகள்
- கோபாலன் ஐ.சி.எஸ்.
- புது மாட்டுப்பெண்
- ராஜாமணி
- சபாஷ் ! பார்வதி !
- சௌந்தரம்மாள்
- உல்லாச வேளை
- வாழ்க்கையே வாழ்க்கை
- ராமமூர்த்தி
- ரமணியின் தாயார்
- சம்பத்து
- வசந்தன்
- சிவராமன்
- At a Dinner
- Holiday Trip
- More Soap Bubbles
- Mosquitoes At Mambalam
- Much Daughtered
- Soap Bubbles
- The Marriage
- Thirty Years a Lawyer
- Chaff and Grain

மெரீனா எழுதிய நூல்கள்...

- நாத்தனார் கலகம்
- மாமனார் சரணாகதி
- ஸ்கைலாப் சம்பந்தி
- ஸ்வீகாரம்
- 61 வயதினிலே
- காதலென்ன கத்திரிக்காயா ?
- தனிக் குடித்தனம்
- சாந்தி நீ எங்கே ?
- கால் கட்டு
- சாமியாரின் மாமியார்
- மாப்பிள்ளை முறுக்கு
- அடாவடி அம்மாக்கண்ணு
- எங்கம்மா
- அப்பா ஒரு அப்பாவி
- நேர்மை
- நாடகம் போட்டுப் பார்
- ஊர் வம்பு
- கல்யாண மார்க்கெட்
- வடபழனியில் வால்மீகி
- மாமியார் மெச்சிய மாப்பிள்ளை
- சீதா கல்யாணம்
- சின்ன வயதினிலே

www.ingramcontent.com/pod-product-compliance
Lightning Source LLC
LaVergne TN
LVHW090413051026
849518LV00006B/2334